ஸ்பெக்ட்ரம் சர்ச்சை

AF667073

ஸ்பெக்ட்ரம் சர்ச்சை

பத்ரி சேஷாத்ரி

கிழக்கு

ஸ்பெக்ட்ரம் சர்ச்சை
Spectrum Sarchai
by Badri Seshadri ©

First Edition: December 2010
88 Pages

ISBN 978-81-8493-625-4
Kizhakku - 605

Kizhakku Pathippagam
177/103, First Floor,
Ambal's Building, Lloyds Road,
Royapettah, Chennai 600 014.
Ph: +91-44-4200-9603

Email : support@nhm.in
Website : www.nhm.in

Author's Email : bseshadri@gmail.com

Cover Image : Shutterstock

Kizhakku Pathippagam is an imprint of New Horizon Media Private Limited

This book is sold subject to the condition that it shall not, by way of trade or otherwise, be lent, resold, hired out, or otherwise circulated without the publisher's prior written consent in any form of binding or cover other than that in which it is published and without a similar condition including this the rights under copyright reserved above, no part of this publication may be reproduced, stored in or introduced into a retrieval system, or transmitted in any form or by any means (electronic, mechanical, photocopying, recording or otherwise), without the prior written permission of both the copyright owner and the above-mentioned publisher of this book.

உள்ளே

முன்னுரை

2010ம் ஆண்டு இந்தியாவில் அதிகம் உச்சரிக்கப்பட்ட சொற்கள் மூன்று. ஸ்பெக்ட்ரம், ஸ்பெக்ட்ரம் ஊழல், ஆ. இராசா.

ஒரு லட்சத்து எழுபத்தி ஐயாயிரம் கோடி என்கிற எண் இதன் மூலம் இந்திய சரித்திரத்தில் இடம் பிடித்துவிட்டது. நீரா ராடியா என்று தொடங்கி ராசாத்தி அம்மாளின் ஆடிட்டர் என்பது வரை இது தொடர்பான துணைக் கதாபாத்திரங்கள் வரிசைப்படுத்தப் பட்டு குற்றச்சாட்டுகள், வழக்குகள், ஆவேசப் பேச்சுகள், ஆர்ப்பாட்டங்கள் என்று தேசமே அமர்க்களப்பட்டது. பேசாமல் விடுமுறை அறிவித்திருக்கலாம் என்று நினைக்குமளவுக்கு நாடாளுமன்றம் முற்றிலுமாக இயங்காமல் போனது.

நாடாளுமன்றத்தில்தான் பேச முடியவில்லையே தவிர நாடு முழுதும் இதே பேச்சுத்தான். ஆனால் யாருக்கு என்ன புரிந்தது என்பது பற்றி உறுதியாகச் சொல்ல முடியாது. ஆ. இராசா ஏதோ மிகப்பெரிய ஊழல் செய்துவிட்டார். வரலாறு காணாத தொகை. மாட்டுத் தீவன ஊழலோ, சவப்பெட்டி ஊழலோ, சொத்துக் குவிப்பு வழக்கோ இத்தனை பெரிய தொகையைச் சுமந்த தில்லை. இது பெரிது. மிகப்பெரிது. ஒன்றேமுக்கால் லட்சம் கோடி. ஆனால் எதில் ஊழல்? எப்படி ஊழல்?

ஸ்பெக்ட்ரம் என்பது ஏதோ ஒரு நிறுவனம் போலிருக்கிறது. போஃபர்ஸ் என்பது பீரங்கித் தயாரிப்பு நிறுவனத்தின் பெயராக இருப்பது போல. இல்லையா? வேறு? என்னவோ பங்கீட்டுப் பிரச்னை என்றல்லவா சொல்கிறார்கள்? நதி நீர்ப் பங்கீடு, நிலப் பங்கீடு போலவா? உரிமை? லைசென்ஸ்? ம்ஹூம். ஒன்றும்

புரியவில்லை. பேப்பரில் என்ன போட்டிருக்கிறார்கள், பார்ப்போம்.

நாளிதழ்கள் பக்கம் பக்கமாக எழுதின. வார இதழ்கள் வண்ண வண்ணமாக எழுதின. ஆ. இராசாவின் ஸ்பெக்ட்ரம் ஊழல். ஒண்ணே முக்கால் லட்சம் கோடி. ஆ. இராசாவே, பதவி விலகு. எல்லா டெலிபோன் பேச்சுகளும் கேட்டாகிவிட்டது. இனி விவரிக்க ஒன்றுமில்லை. ஊழல் மன்னன் ஒழிக.

அவ்வளவுதானா? அவ்வளவுதான்.

அலைப்பரவல் என்றால் என்ன, அதில் பங்கீடு என்றால் என்ன, இதை எப்படிச் செய்கிறார்கள், ஏன் செய்ய வேண்டும், யாருக்குச் செய்கிறார்கள், இதில் ஏலம் எப்படி வருகிறது, ஊழலுக்கான சாத்தியங்கள் எங்கே இருக்கிறது, இப்போது முன்வைக்கப்படும் குற்றச்சாட்டுகளின் உண்மைத்தன்மை என்ன, சி.ஏ.ஜி. அறிக்கை சொல்வதை யாராவது முழுதாக வாசித்திருக்கிறார்களா? வாசித்து விட்டுத்தான் எழுதுகிறார்களா, பேசுகிறார்களா - மூச். ஊழல் நடந்துவிட்டது. தீர்ந்தது விஷயம்.

ஆனால் அத்தனை எளிதாகக் குற்றம் சாட்டிவிடக்கூடிய விஷயம் இல்லை இது. நிறைய நுணுக்கங்கள் கொண்ட மிகச் சிக்கலான விவகாரம். திறந்த மனத்துடன், பாரபட்சமின்றி அணுகும்போது தான் இதன் சகல பரிமாணங்களையும் விளங்கிக்கொள்ள முடியும்.

பிரச்னை, நாம் எளிதில் உணர்ச்சிவசப்பட்டுவிடுவது. ஓங்கிக் குரல் கொடுத்ததே மறந்துபோய், வெகு விரைவில் இன்னொன்றைப் பிடித்துக்கொண்டு அதற்குக் குரல் கொடுக்க ஆரம்பித்துவிடுவது. அதான் இராசா பதவி விலகிவிட்டாரே? இனி என்ன, அடுத்த வேலையைப் பார்.

சிரிக்கத்தான் வேண்டும்.

★

ஸ்பெக்ட்ரம் சர்ச்சையின் முழுப் பரிமாணமும் புரியவேண்டு மானால் ஸ்பெக்ட்ரம் என்பதன் அறிவியல் முதலில் புரிய வேண்டும். மொபைல் தொழில்நுட்பத் துறையில் இதன் முக்கியத்துவம் என்னவென்று உணரவேண்டும். இதிலுள்ள வர்த்தக சாத்தியங்கள் சாதாரணமானதல்ல. அதே சமயம், ஓர்

ஒதுக்கீட்டைப் பெறுவதன் மூலம் மட்டுமே கோடிகளில் குளித்து விடலாம் என்பதுமல்ல. ஐரோப்பாவில் அலைப்பரவல் இட ஒதுக்கீடு பெற்ற சில நிறுவனங்கள், இன்னும் திண்டாடிக் கொண்டிருக்கும் குறுங்கதை ஒன்று இந்தப் புத்தகத்தில் வருகிறது. அந்தப் பகுதியை வாசிக்கும்போது இந்த உண்மை புரியும்.

இதற்கெல்லாம் பிறகுதான் இதில் அரசியல் வருகிறது. எனவே, அதற்கும் பிறகுதான் ஊழல்.

ஊழலுக்கான சாத்தியங்கள் தெளிவாக உள்ள விவகாரம்தான் இது என்பதில் சந்தேகமில்லை. ஆனால் ஒன்றே முக்கால் லட்சம் கோடிகளுக்கு ஊழல் என்பது, விஷயத்தைச் சரியாகப் புரிந்து கொள்ளாததால் முன்வைக்கப்படும் குற்றச்சாட்டு என்கிறார், நூலாசிரியர் பத்ரி சேஷாத்ரி. சுய அபிப்பிராயத் திணிப்பு விருப்பமோ, சார்பு நிலையோ ஆசிரியருக்குச் சற்றும் கிடையாது. சி.ஏ.ஜி. அறிக்கையின் அடிப்படையில் இந்த விஷயத்தைப் படிப்படியாக விளக்குகிறார்.

அறிவியலில் தொடங்கி அரசியலில் முடிவுறும் இந்த விவகாரத்தில்தான் எத்தனை பெரும்புள்ளிகள் சம்பந்தப்பட்டிருக்கிறார்கள்! ஒவ்வொருவரின் தொடர்புக்கும் பின்னணியில் ஒரு கதை இருக்கிறது. ஆனால் அதுவல்ல; பிரச்னையைச் சரியாகப் புரிந்துகொள்ள முதல் முறையாகத் தமிழ் வாசகர்களுக்கு இந்நூல் ஒரு வாய்ப்பளிப்பதுதான் முக்கியமானது.

ஆ. இராசா ஊழல் செய்தாரா இல்லையா என்பதை நீதிமன்றம் தீர்மானிக்கட்டும். வெகு நிச்சயமாக ஒன்றே முக்கால் லட்சம் கோடிகளுக்கு இதில் ஊழல் நடைபெற்றிருக்க அறிவியல் பூர்வமாக வாய்ப்பே இல்லை என்பதை அறியவேண்டியதுதான் முக்கியம்.

அதைத்தான் விளக்குகிறது இந்நூல். ஊழலைப் புரிந்துகொள்வதுடன்கூட, ஸ்பெக்ட்ரம் என்னும் மின்காந்தப் பெருவெளியின் அறிவியலையும் நாம் மிக எளிதாக அறியமுடிவது இதன் சிறப்பம்சம்.

பா. ராகவன்

டிசம்பர் 31, 2010

1. அறிமுகம்

1,750,000,000,000.

ஆங்கிலத்தில் சொல்வதானால் 1.75 டிரில்லியன் ரூபாய். தமிழில் சொல்வதானால் 1.75 லட்சம் கோடி. இந்தியப் பத்திரிகைகள் முதல் நியூ யார்க் டைம்ஸ் வரை அனைத்துப் பத்திரிகைகளும் இந்த எண்ணைச் சொல்லிவிட்டார்கள். உலகிலேயே மிகப் பெரிய ஊழல் என்கிறார்கள்.

குற்றம் சாட்டப்பட்ட அமைச்சர் ஆ.இராசா பதவி விலகவேண்டி வந்துள்ளது. உச்ச நீதி மன்றத்தில் ஒரு வழக்கு நடந்துகொண்டிருக்கிறது. நாளுக்கு நாள் நீதிபதிகள் கேள்விகளால் அரசு வழக்கறிஞரைத் துளைத்து எடுக்கிறார்கள். பிரதமர் மன்மோகன் சிங்கே நேரடியாக நீதிமன்றத்துக்கு வரவேண்டும் என்ற அளவுக்கு நிலைமை சென்றது. வரலாற்றிலேயே முதன்முறையாக, நாடாளு மன்றத்தின் குளிர்காலக் கூட்டத் தொடரில் ஒரு நிமிடம்கூட வேலை நடக்கவில்லை. நாடாளுமன்றக் கூட்டுக்குழு (ஜாயிண்ட் பார்லிமெண்டரி கவுன்சில் எனப்படும்

ஜேபிசி) வேண்டும் என்று எதிர்க்கட்சிகள் அமளி செய்து நாடாளுமன்றத்தை முற்றிலுமாக முடக்கின.

சி.பி.ஐ பல இடங்களில் சோதனை நடத்தியது. முன்னாள் அமைச்சர் இராசா வீட்டில் மட்டுமல்ல; தமிழக முதல்வர் கருணாநிதியின் துணைவியும் கனிமொழியின் தாயுமான ராசாத்தி அம்மாளின் ஆடிட்டர் ரத்தினம் என்பவர் வீட்டிலும் சோதனை நடந்தது! இதனால் திமுக-காங்கிரஸ் உறவில் விரிசல் ஏற்படுமா என்று அரசியல் நோக்கர்கள் ஆவலுடன் பார்த்துக்கொண் டிருக்கிறார்கள்.

தமிழகத்தில் தேர்தல் (இன்னும் நான்கு மாதங்களில்) நடக்க உள்ளது. ஸ்பெக்ட்ரம் பிரச்னை தமிழகத் தேர்தலை எந்த விதத்தில் பாதிக்கும்? அஇஅதிமுகவும் ஜெயலலிதாவும் இந்தப் பிரச்னையைத்தான் நம்பியுள்ளதாகத் தோன்றுகிறது.

அனைத்துப் பத்திரிகைகளிலும் தொலைக்காட்சிகளிலும் தினம் தினம் முதல் பக்க ஒதுக்கீடு ஸ்பெக்டரத்துக்குத்தான். ஆனால் நமக்கு இந்தப் பிரச்னை என்னவென்று புரிகிறதா? ஊழல் என்றால் எங்கு நடந்தது? யார் பணம் யார் கைக்குப் போனது? எப்படிப் போனது? போனதா, இல்லை போனதாகத் தோற்றம் தரப்படுகிறதா? எது உண்மை?

2. மின் காந்த அலைகள்

நில ஊழல் என்றால் நமக்குப் புரியும். நிலம் என்பது கண்ணுக்கு முன்பாக இருக்கும் ஒரு திடப்பொருள். இத்தனை நீளம், இத்தனை அகலம் என்று அளவிட முடியும். எங்கு தொடங்குகிறது, எங்கு முடிகிறது என்று துல்லியமாக அறுதியிட்டு அளந்து சொல்லி விட முடியும். எனவே அதற்கான மதிப்பும் விலையும் புரிந்து கொள்ளக் கூடியதே. நிலம் என்பது குறைவானது. அதன் விலை ஏறிக் கொண்டே போகும். எனவே நிலத்தை அடி மாட்டு விலைக்கு வாங்கி, சில காலம் கழித்து நல்ல விலைக்கு விற்றால் நல்ல லாபம். அரசாங்கத்தின் கையில் எக்கச்சக்க நிலம் இருக்கிறது. அதில் ஒரு கணிசமான பகுதியை, யாருக்காவது குறைந்த விலையில் விற்க அரசாங்கத்தால் முடியும். அப்படிப் பெற்ற நிலத்தை ஒருவர் யாருக்கு வேண்டுமானாலும் அதிக விலைக்கு விற்க முடியும். நில ஊழல் இங்குதான் ஆரம்பிக்கிறது.

ஆனால் ஸ்பெக்ட்ரம் என்பது என்ன? அதை யாராவது குறைந்த விலைக்கு வாங்கி அதிக

விலைக்கு விற்கமுடியுமா? அது எங்கே இருக்கிறது? கிழக்கிலா, மேற்கிலா? இந்தியாவில் மட்டும்தான் கிடைக்கிறதா அல்லது உலகில் எங்கும் கிடைக்கிறதா? யார் வேண்டுமானாலும் வாங்கி வைத்துக்கொள்ளலாமா? யாருக்கு வேண்டுமானாலும் விற்கலாமா?

★

காந்த சக்தியைப் பற்றிய அறிவு பண்டைய மனிதனுக்கே இருந்திருக்கிறது. 2500 ஆண்டுகளுக்கு முன்பே இந்தியா, சீனா, கிரேக்கம் ஆகிய இடங்களில் காந்தம் பயன்படுத்தப்பட்டுள்ளது. இயற்கையில் கிடைக்கும் ஒரு பொருள்தான் இது. ஒருவிதமான சிறப்புவகை இரும்புத் துண்டு. இது பிற இரும்புத் துகள்களைத் தன்னை நோக்கி இழுக்கும். காந்தக் கவர்ச்சி என்ற சொலவடை நம் மொழியில் இருப்பதைப் பாருங்கள். அனைவரையும் தன்னை நோக்கி இழுப்பவரிடம் காந்தக் கவர்ச்சி உள்ளதாகச் சொல்கிறோம்.

இந்த காந்தத்தைக் கொண்டுதான் சீனர்கள் காம்பஸ் என்ற திசை காட்டிக் கருவியை உருவாக்கினார்கள். இந்த காந்தத்துக்கு என்று பிரத்யேகத் தன்மை ஒன்று உண்டு. நீள் செவ்வக வடிவிலான ஒரு காந்தத்தை ஒரு நூலில் கட்டித் தொங்கவிட்டால், அது அப்படியும் இப்படியும் சுற்றியபின், இறுதியாக வடக்கு தெற்கு திசை பார்த்து நிற்கும். ஒரு மெல்லிய காந்த ஊசியை நீரில் மிதக்கவிட்டால் அதுவும் லேசாகத் திரும்பி வடக்கு தெற்காக நிற்கும். இதைக்-கொண்டு உருவாக்கப்பட்ட கருவியில் உள்ள காந்த முள் எப் போதும் வடக்கு தெற்காக நிற்பதால், அதனைக் கொண்டு கடலில் கலத்தில் செல்வோர் சரியான திசையை அறிந்துகொள்ள முடியும். இதனைக் கொண்டுதான் பிற்காலத்தில் கடல் கொள்ளைக்காரர்கள் முதல் ஐரோப்பிய ஊர்சுற்றிகள் வரை உலகை ஆண்டனர்.

காந்த முள் ஏன் வடக்கு தெற்காக நிற்கிறது தெரியுமா? அதற்குக் காரணம், நமது பூமியே ஒரு மாபெரும் காந்தமாக இருப்பதுதான்! காந்தம் இரும்புத் துகள்களை இழுக்கிறதல்லவா? ஒரு காந்தத்தின் அருகில் மற்றொரு காந்தத்தைக் கொண்டுபோனால் என்ன ஆகும்? சில சமயம் இரண்டும் ஒன்றோடு ஒன்று ஒட்டிக் கொள்ளும். சில நேரங்களில் ஒன்றை ஒன்று கடுமையாக விலக்கிக் கொள்ளும்! இதற்குக் காரணம், ஒவ்வொரு காந்தத் துக்கும் இரு துருவங்கள் உண்டு. வட துருவம், தென் துருவம்

என்று இவற்றை அழைக்கிறோம். எதிரெதிர் துருவங்கள் ஒன்றை ஒன்று ஈர்க்கும். ஆண்-பெண் போல! ஒத்த துருவங்கள் ஒன்றை ஒன்று விலக்கும். ஒரே கட்சியில் உள்ள இரு வாரிசுகள் போல.

காந்த சக்தி பற்றிய அறிவுத் தெளிவு உண்டாவதற்கு முன்ன தாகவே மனிதனுக்கு மின் சக்தி பற்றிய அனுபவம் இருந்தது. தமிழகமெங்கும் ஆங்காங்கே நிற்கும் ஒற்றைப் பனை மரத்தைப் பார்த்திருப்பீர்கள். சடாரென அடிக்கும் ஒரு மின்னல் நேராக இதுபோன்ற ஒரு மரத்தில்தான் இறங்கும். வெடவெடவெனக் காய்ந்திருக்கும் அந்தப் பனை மரத்தின் இலைகள் பட்டென எரிந்துபோகும்.

மேகங்களில் திரளும் நிலை மின் சக்திதான் இப்படி மின்னலாக மாறி பளிச் என்று வெள்ளைக் கொடியாக மின்னி, பூமியில் இறங்கி பெரும்பாலும் அழிவை உண்டுபண்ணுகிறது. அதனால்தான் நம் முன்னோர்கள் இந்திரனுக்கு மின்னலை ஆயுதமாகக் கொடுத்தார்கள். பிற கலாசாரங்களில், கிரேக்கர்களின் கடவுளான ஜீயூஸுக்கும் ரோமானியர்களின் கடவுளான ஜுபிடருக்கும் மின்னல்தான் ஆயுதம். மிகப் பயங்கரமான ஆயுதம். எதிர்ப்போரை எரித்து அழிக்கும் ஆயுதம்.

இந்த மின்னல் ஏற்படக் காரணமான, மின்சாரத்தின் அடிப் படையான, மின்னூட்டம் கொண்ட எலெக்ட்ரான் (மின்னணு) என்ற துகள் பற்றி வெகு காலம் கழித்தே மனிதர்கள் அறிந்து கொள்ளப்போகிறார்கள். ஆனால் அதற்கு முன்னதாகவே மின்சாரத்தின் சாகசத்தை அவர்கள் பார்த்துவிட்டார்கள்.

மின்னல் மட்டுமல்ல, மின்சார அதிர்ச்சியைத் தரும் மீன்கள் மனித இனம் ஆரம்பிப்பதற்கு முன்பே இருந்தன. மனித உடலுக்கு உள்ளேயே சிறிய அளவு மின்சாரத்தைக் கொண்டுதான் நரம்பு செல்கள் ஒன்றோடு ஒன்று தகவல்களைப் பரிமாறிக்கொள் கின்றன. இதயத்தில் பேஸ்மேக்கர் என்றொரு பாகம் உண்டு. இது மின்சாரத்தை உற்பத்தி செய்து இதய செல்களில் அனுப்பும். இதன் காரணமாகத்தான் இதயம் சுருங்கியும் விரிந்தும் ரத்தத்தை பம்ப் செய்கிறது. சிலரது இதயத்தில் பேஸ்மேக்கர் செயல் இழக்கும் போது, அவர்களுக்கு ஆபரேஷன் செய்து, பேட்டரி பொருத்திய பேஸ்மேக்கர் செயற்கைக் கருவியை உள்ளே வைப்பார்கள். இதயம் முன்போலவே சரியாக வேலை செய்ய ஆரம்பித்துவிடும்.

மின்சாரம் தொடர்பாக தீவிரமாக ஆராய்ச்சி செய்தவர்களின் முதன்மையாகக் குறிப்பிடப்பட வேண்டியவர் பெஞ்சமின் ஃபிராங்க்ளின். அமெரிக்காவின் மிக முக்கியமான அரசியல் வாதி, அறிவியல்வாதி, ராஜாங்கத் தூதர் என்று இவரை எப்படி வேண்டுமானாலும் பாராட்டலாம். அமெரிக்காவை உருவாக்கிய முக்கியச் சிந்தனையாளர்களுள் ஒருவர். அதிக வயதாகியிருக்க வில்லை என்றால் இவரேகூட அமெரிக்காவின் முதல் சில ஜனாதிபதிகளில் ஒருவராக இருந்திருக்கலாம்.

18-ம் நூற்றாண்டின் இறுதியில் இவர் மின்சாரம், மின்னல் ஆகியவை தொடர்பாகப் பல ஆராய்ச்சிகளைச் செய்தார். இவரது கொடையான இடிதாங்கி (இதனை மின்தாங்கி என்றுதான் சொல்லவேண்டும்) இன்றும் உலகில் பல உயிர்களைக் காத்துவருகிறது. ஒவ்வொரு கட்டடத்திலும் உயரமான பகுதியில் வானை நோக்கியபடி கூர் முனை கொண்ட இரும்புக் கழி ஒன்று பொருத்தப்படுகிறதல்லவா? அதுதான் பெஞ்சமின் பிராங்க்ளின் கண்டுபிடித்த மின்தாங்கி. இதிலிருந்து கிளம்பிச் செல்லும் இரும்புக் கம்பி, பூமியில் மண்ணுக்கு அடியில் ஆழமாகப் புதைக்கப்பட்டிருக்கும். மின்னல் அடிக்கும்போது, அது ஒரு கட்டடத்தின்மீது தாக்கினால், முதலில் இந்தக் கூர் கழிமீதுதான் விழும். உடனடியாக, கட்டடத்துக்கு எந்தச் சேதமும் இன்றி, உயர் அழுத்த மின்சாரம் கம்பி வழியாகப் பாய்ந்து பூமிக்குள் சென்று விடும். கட்டடமும் இடிபடாமல் பிழைக்கும்.

1800-ம் ஆண்டில் அலெசாந்த்ரோ வோல்டா என்பவரால் மின்கலம் (பேட்டரி) கண்டுபிடிக்கப்பட்டது. சில உலோகங் களை உப்புக் கரைசலில் சொருகும்போது ஏற்படும் வேதி வினை காரணமாக மின்சாரம் உருவாகிறது. அப்போதிலிருந்து ஒருவர் எந்த இடத்துக்கு வேண்டுமானாலும் மின்சாரத்தைக் கையோடு எடுத்துச் செல்ல முடிந்தது. இன்றுவரை இதே தொழில் நுட்பம்தான் நாம் உபயோகப்படுத்தும் பேட்டரிகளில் காணப் படுகிறது.

டென்மார்க் நாட்டைச் சேர்ந்த அறிவியலாளர் ஹான்ஸ் கிறிஸ்டியன் ஆர்ஸ்டெட்தான் தற்செயலாக, மின்சாரம் காந்தத்தைப் பாதிக்கிறது என்று கண்டுபிடித்தார். பேட்டரி மூலமாக மின்சாரம் ஒரு கம்பியில் பாய்ந்துகொண்டிருந்தபோது அதற்கு அருகில் இருந்த காம்பஸ் கருவியின் காந்த முள் திரும்ப

ஆரம்பித்தது. ஒரு காந்தம்தான் மற்றொரு காந்தத்தை நகர்த்தக் கூடிய சக்தி வாய்ந்தது. அப்படியானால், கம்பி வழியாக மின் சாரம் பாயும்போது அதற்கு காந்த சக்தி கிடைக்கிறதா என்ன?

1820-ல், பல சோதனைகளுக்குப்பின் இதனை உறுதி செய்து கொண்டார் ஆர்ஸ்டெட். இப்படியாக மின்சாரம் ஏதோ ஒரு விதத்தில் காந்த சக்தியை உருவாக்கக்கூடியதாக உள்ளது என்பது தெரிய வந்தது.

இதனை அடுத்த கட்டத்துக்கு நகர்த்தியவர் பிரிட்டனைச் சேர்ந்த மைக்கல் ஃபாரடே. இவர் ஒரு படிக்காத மேதை. அதாவது பள்ளி, கல்லூரி சென்று படிக்காத, ஆனால் புத்தகங்களை மட்டுமே படித்து வாழ்க்கையில் முன்னேறிய மேதை. ஏழையான இவருக்கு, புத்தக பைண்டிங் தொழிலில் பைண்டர் வேலை கிடைத்தது. தன் தொழிலில் ஈடுபடும்போதே அங்கு பைண்டிங் செய்ய வரும் புத்தகங்களை எல்லாம் படிப்பார். இப்படிப் படித்துப் படித்தே அறிவியலை நன்கு கற்றுக்கொண்ட ஃபாரடே, பின்னர் பேராசிரியாகவே ஆனார்! அந்தக் காலத்தில் எல்லாம் பேராசிரியராக ஆவதற்கு விஷயம் தெரிந்தாலே போதும், பட்டப் படிப்புச் சான்றிதழ் எதுவும் தேவையில்லை!

ஆர்ஸ்டெட் கண்டுபிடித்ததன் மறுபக்கத்தை ஃபாரடே கண்டு பிடித்தார். ஒரு கம்பியை சுருள் சுருளாக ஸ்பிரிங் போலச் சுற்றி வைத்துக்கொள்ளுங்கள். அந்த சுருளுக்கு உள்ளாக ஒரு காந்தத்தை நகர்த்தினால், அந்தக் கம்பிச்சுருளில் மின்சாரம் ஏற்படுகிறது என்பதை 1831-ல் ஃபாரடே கண்டுபிடித்தார்.

இப்போது, காந்தத்துக்கும் மின்சாரத்துக்குமான முழுமையான உறவு தெரிந்துவிட்டது. மின்சாரம் இருந்தால் காந்தத்தை உருவாக் கிக்கொள்ளலாம். காந்தம் இருந்தால், மின்சாரத்தை உருவாக்கி விடலாம்.

இதற்கு அடுத்த சில ஆண்டுகளில் மின்சார ஜெனரேட்டர், மின்சார மோட்டார் ஆகிய கருவிகள் உருவாக்கப்பட்டன. இன்றுவரை மனித சமுதாய முன்னேற்றத்தில் இவை இரண்டும் நமக்குத் துணையாக இருக்கின்றன.

ஃபாரடேவுக்குக் கணித அறிவு போதாது. ஆனாலும் அவருக்குக் கூர்மையான புரிதல் இருந்தது. பொதுவாக ஒரு பொருளை நகர்த்தவேண்டும் என்றால், நாம் அதனைக் கையால் தொட்டு,

தள்ளவேண்டும். ஆனால் காந்தம் என்ன செய்கிறது? கண்ணுக்குத் தெரிந்த வகையில் எந்தவிதத்திலும் அது தூரத்தில் உள்ள பொருளை நேராகத் தொடுவதில்லை. ஆனாலும் தூரத்தில் உள்ள இரும்புத் துகளைத் தன்னை நோக்கி இழுக்கிறது.

பூமியும் அப்படித்தான். எங்கோ தொலை தூரத்தில் உள்ள பொருளை தன்னை நோக்கி இழுக்கிறது. இப்படி தொலை தூரத்தில் நடக்கும் செயல்பாட்டை 'ஃபீல்ட்' என்ற ஆங்கிலச் சொல் மூலம் ஃபாரடே விளக்கினார். தமிழில் இதனை 'புலம்' என்கிறோம். காந்தப் புலம் என்றால், காந்தத்தைச் சுற்றி உள்ள, கண்ணுக்குத் தெரியாத விசைக் கோடுகள் (Force lines). இந்தப் புலத்தில் மாட்டும் எந்த இரும்புத் துகளும் காந்தத்தை நோக்கி இழுக்கப்படும். அதேபோலத்தான் மின் புலமும்.

ஃபாரடேயிடம் இல்லாத கணித அறிவு ஜேம்ஸ் கிளர்க் மாக்ஸ்வெல் என்ற பிரிட்டிஷ் விஞ்ஞானியிடம் அபரிமிதமாக இருந்தது. 1850-களில் அவர் மின்சாரப் புலம், காந்தப் புலம் ஆகியவற்றை இணைத்து மின் காந்தப் புலம் என்ற கருத்தை முன்வைத்து, முழுமையான கணித மாதிரியை உருவாக்கினார். மாக்ஸ்வெல் சமன்பாடுகள் என்று அவை அழைக்கப்பட்டன. அடுத்து அவர் செய்தது மாபெரும் அறிவுப் பாய்ச்சல். மின் காந்தப் புலம் எவ்வளவு வேகமாகப் பரவும் என்பதை அவர் கணித்தார். அப்படி அவருக்குக் கிடைத்த விடை, முற்றிலும் புதிய புரிதலை அவருக்கு அளித்தது. இது நடந்தது 1861-ல்.

19-ம் நூற்றாண்டில் ஆரம்பத்திலேயே, விநாடிக்கு சுமார் 3 லட்சம் கிலோமீட்டர் வேகத்தில் ஒளி பரவுவதாக அறியப்பட்டிருந்தது. ஜேம்ஸ் கிளர்க் மாக்ஸ்வெல் கண்டுபிடித்த மின் காந்தப் புலத்தின் வேகமும் ஒளியின் வேகமும் கிட்டத்தட்ட ஒன்றாக இருந்தது.

இந்த ஒற்றுமை மாக்ஸ்வெல்லுக்கு ஆச்சரியத்தை ஏற்படுத்தியது. சம்பந்தமற்ற ஒற்றுமை என்று அவரால் ஏற்றுக்கொள்ள முடியவில்லை. ஒளியும்கூட ஒருவித மின் காந்தப் புலமாகத்தான் இருக்கவேண்டும் என்று அவர் முடிவு செய்தார்.

அப்படியானால் மின்சாரத்தையும் காந்தத்தையும் வைத்துக் கொண்டு வெவ்வேறு வண்ண ஒளியை உருவாக்கிவிட முடியுமா? மாக்ஸ்வெல் அதையும் தாண்டிச் சிந்தித்தார்.

அவருடைய மின் காந்தச் சமன்பாடுகளைக் கொண்டு பார்த்தால் எண்ணற்ற விதமான மின் காந்த அலைகள் இருக்கவேண்டும். அதில் ஒளி அலைகள் குறிப்பிட்ட சிலவே. எனவே, ஒட்டு மொத்தமாக பலவிதமான மின் காந்த அலைகள் உள்ளன, அவை அனைத்துக்கும் பொதுவான விதி ஒன்றுதான். அனைத்தும் வெற்றிடத்தில் ஒரே குறிப்பிட்ட வேகத்தில் (விநாடிக்கு சுமார் 3 லட்சம் கிலோமீட்டர்) செல்லவேண்டும்.

1865-ல் மாக்ஸ்வெல் தன் கோட்பாடுகளை முன்வைத்து ஒரு புத்தகத்தை எழுதினார். இது பல விஞ்ஞானிகளைப் பாதித்தது. அவர்கள், இந்த மின் காந்த அலைகளைத் தேடிக்கொண்டு கிளம்பினர். அவர்களின் முக்கியமானவர் ஜெர்மன் விஞ்ஞானி ஹெயின்ரிச் ஹெர்ட்ஸ்.

ஹெர்ட்ஸ் இரு கருவிகளை உருவாக்கினார். ஒன்று மின் காந்த அலைகளை உருவாக்கி, பரப்பும். சற்று தூரத்தில் வைக்கப் பட்டிருக்கும் மற்றொரு கருவி, முதல் கருவியிலிருந்து வரும் மின் காந்த அலைகள் தன்னை வந்து அடைகின்றனவா என்று பார்க்கும். 1888-ம் ஆண்டு ஹெர்ட்ஸ் உருவாக்கிய கருவிகள் சோதனையில் வெற்றி கண்டன. அதிலிருந்து ஒரு புதிய யுகமே பிறந்தது.

இந்தச் சோதனையைத் தொடர்ந்து, அடுத்த சில ஆண்டுகளில் மூன்று முக்கியமான விஞ்ஞானிகள் இதனை முன்னெடுத்துச் சென்றனர். நிகோலா டெஸ்லா, கிலார்மோ மார்கோனி, ஜகதீஷ் சந்திர போஸ். வானொலி பிறந்தது.

டெஸ்லா செர்பிய நாட்டைச் சேர்ந்த அதி புத்திசாலி எஞ்சினியர். தன் நாட்டில் பிழைக்க வழியின்றி தன் இளம் வயதிலேயே அமெரிக்காவுக்குச் சென்றுவிட்டார். இவர் வாழ்க்கை ஒரு சோகக் கதை. அறிவியலுக்கு இவர் ஏகப்பட்ட கண்டுபிடிப்பு களைக் கொடுத்தாலும், அதற்கான அங்கீகாரம் பெறாமலேயே இறந்துபோனவர். ஹெர்ட்ஸின் சோதனைகளை முன்னெடுத்துச் சென்ற இவர், 1893-ல், பலவிதமான மின் காந்த அலைகளை உருவாக்கும் ஓர் எளிய சாதனத்தை உருவாக்கினார்.

இந்த மின் காந்த அலைகள் காற்றில் பரவக்கூடியவை. அதுவும் வெகு வேகமாக பரவக்கூடியவை. ஆனால், தூரம் செல்லச் செல்ல, இவற்றின் சக்தி குறைந்து, விரைவில் செயலற்று,

காணாமல் போய்விடும். இந்த அலைகளைக் கொண்டு ஏதேனும் உபயோகமாகச் செய்யமுடியுமா? அதைத்தான் மார்கோனியும் ஜகதீஷ் சந்திர போஸும் செய்தனர்.

இந்திய விஞ்ஞானி ஜகதீஷ் சந்திர போஸ், மின் காந்த அலைகளை, 'காணமுடியா ஒளி' என்று அழைத்தார். அந்த 'காணமுடியா ஒளி', சுவர்களையும் கதவுகளையும் ஊடுருவிச் செல்லக்கூடியது என்பதை அவர் அறிந்தார். டெஸ்லாவின் கருவியைப் போல ஒன்றைச் செய்தார். அந்தக் கருவி, ஓரிடத்தில் சத்தம் எழுப்பி, அந்தச் சத்தத்தை மின் காந்த அலைகளாக மாற்றி, அது சிறிது தூரம் சென்று அங்குள்ள ஒரு கருவியில் நுழைந்து, அதில் சத்தத்தை வரச் செய்தது. கல்கத்தாவில் அவர் செய்த சோதனை, 1894 அல்லது 1895-ம் ஆண்டில் நடந்திருக்கலாம். ரேடியோ எனப்படும் வானொலியின் அடிப்படை இதுதான். ஆனால் சந்திர போஸ் அடுத்த கட்டத்துக்குச் செல்லவில்லை. தன் சோதனைக்குக் காப்புரிமையும் பெறவில்லை.

இத்தாலிய விஞ்ஞானி மார்கோனியும் 1895-ல் இதேபோன்ற சோதனையைச் செய்துகாட்டினார். அவர் உருவாக்கிய மின் காந்த அலைகள் ஒன்றேகால் மைல் தூரம் சென்று அங்கு உணரப்பட்டது. அதற்கடுத்த சில ஆண்டுகளில் மின் காந்த அலைகள் துறையில் ஏகப்பட்ட முன்னேற்றங்கள் ஏற்பட்டன.

இவை இரு பெரும் பிரிவுகளின் நடைபெற்றன.

ஒரு பக்கம், கம்பி வழியாகச் செலுத்தப்படும் மின்காந்த அலைகள். இதிலிருந்துதான் தந்தி, பின்னர் கம்பிவழித் தொலைபேசி உருவானது.

மற்றொன்று காற்று வழியாக அனுப்பப்படும் மின் காந்த அலைகள். இதிலிருந்துதான் முதலில் வானொலி, அடுத்து தொலைக்காட்சி, வாக்கி டாக்கி எனப்படும் வயர்லெஸ் டிரான்ஸ்மிட்டர்-ரிசீவர், அடுத்து செல்பேசி எனப்படும் மொபைல் போன்கள் ஆகியவை தோன்றின.

இவை இரண்டும் காலா காலத்துக்கும் ஒன்றோடு ஒன்று போட்டி போட்டு, சண்டைகளையும் ஊழல்களையும் போராட்டங்

களையும் உருவாக்கும். அதே நேரம் மனித சமுதாயம் முன்னோக்கிச் செல்லவும் இவைதான் துணைபுரியும்.

ஒரே அறிவியலாக இருக்கிறதே என்று அச்சம்கொள்ள வேண்டாம். இந்த அடிப்படை புரிந்தால்தான் ஸ்பெக்ட்ரம் என்பதையும், அதன்மீது கட்டப்பட்ட வர்த்தக சாம்ராஜ்ஜியங்களையும் புரிந்துகொள்வது சுலபமாக இருக்கும்.

3. ஸ்பெக்ட்ரம் என்றால் என்ன?

மின் காந்த அலைகள் பலவிதம், அதில் ஒளி அலைகள் ஒரு துணைப் பகுதியே என்று மாக்ஸ்வெல் சொல்லியிருந்தார் அல்லவா? ஜகதீஷ் சந்திர போஸும், மின் காந்த அலைகளை 'காணமுடியா ஒளி' என்றார் அல்லவா? இரண்டுமே மிகச் சரியான விளக்கங்கள்.

இதைச் சற்று கவனமாகப் பார்ப்போம். மனிதனின் கண் ஓர் அற்புதமான பாகம். அது பல லட்சம் ஆண்டுகளாக பரிணாம வளர்ச்சியால் சிறிது சிறிதாக செதுக்கப்பட்டு இன்று இந்த நிலையை அடைந்துள்ளது. நாம் ஒளி என்று சொல்லக்கூடிய மின் காந்த அலைகளை இதனால் காணமுடியும் என்பதே இதன் பிரத்யேகத் தன்மை. ஆனால், நல்ல வெளிச் சத்தில்தான் நமக்குக் கண் பார்வை உண்டு. அதே நேரம் சில விலங்குகள், பறவைகளால் இருட்டிலும் பார்க்கமுடியும் என்பதை நீங்கள் அறிவீர்கள்.

பூனை, நாய், சிறுத்தை, சிங்கம், புலி, ஆந்தை... இவை எல்லாம் நல்ல கும்மிருட்

டிலும் எதிரே ஓர் உருவம் நகர்வதைப் பார்க்கக்கூடியவை. மனிதனால் முடியாத இந்தச் செயல் இந்த மிருகங்களால் எப்படி முடிகிறது?

மனிதக் கண்தான் குறைவுபட்டது. அதனால் 'காணக்கூடிய ஒளி' என்பதை மட்டும்தான் பார்க்கமுடியும். ஆனால் இந்த ஒளிக்கு வெளியே ஜகதீஷ் சந்திர போஸ் சொன்னாற்போல 'காணமுடியா ஒளி' உள்ளது. காணமுடியாத என்றால் மனிதனால் காண முடியாத ஒளி. ஆனால் பூனையால் காண முடிந்த ஒளி! இதனை நாம் அகச் சிவப்புக் கதிர்கள், புற ஊதாக் கதிர்கள் போன்ற பெயர்களை இட்டு அழைப்போம். இந்த விலங்குகளின் கண்களும் பல லட்சம் ஆண்டுகள் பரிணாம வளர்ச்சியின் விளைவாக இந்தப் பிரத்யேகத் தன்மையைப் பெற்றுள்ளன.

மொத்தத்தில் மனிதக் கண்ணும் சரி, பூனைக் கண்ணும் சரி, ஒருசில மின் காந்த அலைகளை உணர்ந்துகொள்ளும் திறன் பெற்றுள்ளன. வேறு சில மின் காந்த அலைகளை அவற்றால் உணர முடியாது.

இந்த மின் காந்த அலைகளுக்குள்ளாக என்ன வேறுபாடு? இவை அனைத்தும் ஒரே வேகத்தில் செல்லக்கூடியவை என்று முன்னர் பார்த்தோம். எனவே வேகத்தைப் பொருத்தமட்டில் இவற்றுக்கு இடையே மாற்றம் இல்லை. ஆனால் இவற்றுக்கு அதிர்வெண் என்ற ஒரு பண்பு உள்ளது. இங்குதான் அலைக்கு அலை மாற்றம் ஏற்படுகிறது. இதனை விரிவாகப் பார்ப்போம்.

உங்கள் வீட்டில் உள்ள தாத்தா காலத்து பெண்டுலம் கடிகாரத்தை எடுத்துக்கொள்ளுங்கள். அதன் பின்னால் நன்றாகச் சாவி கொடுங்கள். என்ன ஆகிறது? கடிகாரம் டிக் டிக் என்று ஓடும்போது பெண்டுலம் அங்கும் இங்கும் அங்கும் இங்கும் ஆடிக்கொண்டே இருக்கிறது. சரியாக ஓடும் கடிகாரம் என்றால் என்ன ஆகவேண்டும்? ஒரு விநாடியில் சரியாக ஒரு முறை பெண்டுலம் ஒரு கோடியிலிருந்து கிளம்பி மறு கோடியை வந்தடைந்து மீண்டும் புறப்பட்ட இடத்துக்கே சென்று சேரவேண்டும். இதேபோல ஒவ்வொரு விநாடிக்கும் ஒருமுறை டிக் டிக் டிக் டிக் என்று சென்றுகொண்டே இருக்கும்.

இதைத்தான் நாம் அதிர்வெண் என்கிறோம். விநாடிக்கு ஒரு குறிப்பிட்ட செயல் எத்தனை முறை நடக்கிறது? இந்த இடத்தில்

பெண்டுலத்தைப் பொருத்தமட்டில், விநாடிக்கு ஒருமுறை மட்டுமே ஆடுகிறது. எனவே அதிர்வெண் = 1.

நம்மூரில் அரசியல், சமூகத் துறையில் பெரும் தொண்டு புரிந்த தலைவர்களுக்கு ஊருக்கு ஊர் சிலை எழுப்புகிறோம் அல்லவா? விமான நிலையங்கள், விளையாட்டு அரங்கங்கள் என்று அனைத்துக்கும் அவர்கள் பெயரைச் சூடுகிறோம் அல்லவா? அதேபோல அறிவியல் துறையில் பெரும் தொண்டு புரிந்தவர்களுக்கும் மரியாதை செய்கிறோம். அவர்களது பெயரை அலகாக ஆக்கிவிடுகிறோம். அதிர்வெண்ணுக்கு அலகு ஹெர்ட்ஸ். இது நாம் சென்ற அத்தியாயத்தில் பார்த்த ஜெர்மன் விஞ்ஞானியின் பெயர். இவர்தான் மின் காந்த அலைகள் நிஜமாகவே உள்ளன என்பதைக் கண்டுபிடிக்கக் கருவிகளை உருவாக்கியவர். அதனைத் தொடர்ந்துதான் வானொலி என்பதே உருவானது.

ஆக, தாத்தா கடிகார பெண்டுலத்தின் அதிர்வெண் = 1 ஹெர்ட்ஸ். இதே பெண்டுலத்தை தாத்தாவின் அனுமதி வாங்கி, பிரித்துப் பார்த்து, சில ஸ்ப்ரிங், நட், போல்ட்களை மாற்றி வைத்துக் குறும்பு செய்யலாம் நீங்கள். அப்போது என்ன ஆகும்? விநாடிக்கு ஒருமுறை இங்கிருந்து அங்குபோய் இங்கு மீள்வதற்கு பதில், உங்கள் பெண்டுலம் இருமுறை அப்படிச் செய்யலாம்! அப்படிச் செய்தான் அதன் அதிர்வெண் = 2 ஹெர்ட்ஸ்.

அதேபோல ஒரு கல்லை எடுத்து அதில் ஒரு கயிறைக் கட்டி, தலைக்கும் மேல் சுழற்றுங்கள். விநாடிக்கு ஒரு முறை கல் சுற்றி வந்தால், அதன் அதிர்வெண் = 1 ஹெர்ட்ஸ். விநாடிக்கு 2 முறை என்றால் 2 ஹெர்ட்ஸ். 10 முறை என்றால் 10 ஹெர்ட்ஸ். ஆனால் உங்களால் மேலும் மேலும் வேகமாகச் சுற்றமுடியாது. கை வலிக்க ஆரம்பித்துவிடும்.

அற்புதமான எந்திரங்களைக் கொண்டு இதனைச் செய்கிறீர்கள் என்று வைத்துக்கொள்வோம். அப்போது என்ன ஆகும்? விநாடிக்கு 20 முறை? இதற்குமேல் போகப் போக ஒன்றை உணர ஆரம்பிப்பீர்கள். காற்றில் லேசாக விர்ர்ர்ர் என்று சத்தம் வர ஆரம்பிக்கும். காதால் சில அதிர்வெண்களை உணர முடியும். அதைத்தான் நாம் சத்தம் என்கிறோம்.

20 ஹெர்ட்ஸ் முதல் 20,000 ஹெர்ட்ஸ் வரை காற்று அதிர்வதை நம் காதுகள் உணர்கின்றன. நாம் பேசும் பேச்சும் இந்த

அதிர்வெண்களுக்கு உள்ளானவையே. ஆனால் எப்படி மனிதக் கண்ணோ, அப்படித்தான் மனிதக் காதும். மனிதக் காதால் கேட்க முடியாத ஒலி அலைகளை நாய்களால், யானைகளால் கேட்க முடியும்.

கவனியுங்கள், இது ஒலி அலையைப் பற்றித் தான் சொல்லப் படுகிறதே தவிர, மின் காந்த அலைகளைப் பற்றி அல்ல. இவை வேறுவிதமான அலைகள். இவற்றின் வேகம் மிக மிகக் குறைவு. மற்றபடி இவை பரவ ஏதேனும் ஊடகம் தேவை. மின் காந்த அலைகள் பரவ எந்த ஊடகமும் தேவையில்லை. காற்றே இல்லாத வான் வெளியில்கூட (அதாவது பூமியின் காற்று மண்ட லத்தைத் தாண்டி, சந்திரனை நோக்கிப் போகும் வழியில்கூட) மின் காந்த அலைகள் பரவும். ஆனால் ஒலி அலைகளால் பரவ முடியாது.

இங்கே நீங்கள் கவனிக்க வேண்டியது அதிர்வெண் என்ற இந்தப் பண்பைத்தான். நம் தொண்டையில் இருந்து மட்டுமல்ல, புல்லாங்குழலிலிருந்து, வீணையிலிருந்து, கித்தாரிலிருந்து, மிருதங்கத்திலிருந்து, பறையிலிருந்து எல்லாம் ஒவ்வொரு பிரத்யேக அதிர்வெண்ணிலும் சத்தம் வருகிறது. அவற்றை நாம் இசையாகக் கேட்டு மகிழ்கிறோம்.

டெஸ்லா, மார்கோனி, சந்திர போஸ் உருவாக்கிய கருவிகள் நிறைய மாற்றம் பெற்றன. அவற்றால் எண்ணற்றவிதமான மின் காந்த அலைகளை உருவாக்க முடிந்தது.

இந்த மின் காந்த அலைகள் ஒவ்வொன்றுக்கும் இடையே உள்ள வித்தியாசம் அவற்றின் அதிர்வெண்ணில் உள்ள மாற்றம்தான். தூரத்தை அளக்கும் மீட்டர் என்பதில், 1,000 மீட்டர் என்பது ஒரு கிலோமீட்டர், 100 செண்டிமீட்டர் என்பது 1 மீட்டர் என்றெல்லாம் சொல்கிறோம் அல்லவா? அதேபோலத்தான் அதிர்வெண்ணை அளக்கும் அலகான ஹெர்ட்ஸிலும்.

1,000 ஹெர்ட்ஸ் = 1 கிலோஹெர்ட்ஸ்

1,000 கிலோஹெர்ட்ஸ் = 1 மெகாஹெர்ட்ஸ்

1,000 மெகாஹெர்ட்ஸ் = 1 கிகாஹெர்ட்ஸ்

1,000 கிகாஹெர்ட்ஸ் = 1 டெராஹெர்ட்ஸ்

1,000 டெராஹெர்ட்ஸ் = 1 பெடாஹெர்ட்ஸ்

1,000 பெடாஹெர்ட்ஸ் = 1 எக்ஸாஹெர்ட்ஸ்

எந்திரன் படத்தில் ரோபாட் சொல்வது ஞாபகத்துக்கு வருகிறதா? ஸ்பீட் 1 டெராஹெர்ட்ஸ், மெமரி 1 ஸிடாபைட். ஆனால் அதற்கு என்ன பொருள் என்று தெரிந்திருக்காதுதானே? மெமரி என்பதை இப்போதைக்குக் கண்டுகொள்ளாமல் விட்டுவிடுவோம். இங்கு ஸ்பீட் என்பது அதன் கணினிச் சில்லுடைய (Chip) வேகம். அதாவது அது ஒரு விநாடியில் எவ்வளவு கணக்குகளைப் போடக் கூடியது என்பது. 535-ஐயும் 1789-ஐயும் கூட்ட உங்களுக்கு எத்தனை நேரம் ஆகும்? குறைந்தது 5 விநாடிகளாவது ஆகுமல்லவா? எந்திரன் சிப் ஒரு விநாடிக்கு இதைப்போல 1,000,000,000,000 கணக்குகளைப் போடக்கூடியதாம்!

சரி, இப்போது நாம் (மனிதக்) கண்ணால் காணும் ஒளி அலைகளை எடுத்துக்கொள்வோம். எங்கோ தொலை தூரத்தில் இருந்து சூரியன் அனுப்பும் இந்த ஒளி அலைகள் 150,000,000 கிலோமீட்டர் கடந்து நம்மிடம் வருகிறது.அத்தனை தூரம் தாண்டியும் நம் மீது வந்து விழும்போது பளிச்சென்று இருக் கிறது, முதுகைச் சுடுகிறது!

ஆனால் இந்த வெண்ணிற ஒளி ஓர் ஒற்றை ஒளி கிடையாது. இது பல வண்ண ஒளி அலைகள் கொண்ட கலவை. கண்ணாடியால் ஆன முக்கோணப் பட்டகம் ஒன்றை எடுத்து அதன் வழியாக இந்த சூரிய வெண் ஒளியைப் பாய்ச்சினால் அந்த ஒளி நிறப் பிரிகை அடையும்; ஏழு வெவ்வேறு வண்ணங்களாக வெளியே தெரியும். வயலட், ஊதா, நீலம், பச்சை, மஞ்சள், ஆரஞ்ச், சிவப்பு. இந்த ஏழு வண்ணங்களை நீங்கள் வேறு இடங்களிலும் பார்த்துள்ளீர்கள். வானவில்லின் வர்ணஜாலங்கள் இவைதான்.

இதைக்கூட நாம் ஏழு என்று சொன்னாலும் உண்மையில் பல கோடி பல்லாயிரம் வெவ்வேறு வண்ணங்கள்தான் இவை. ஆனால் நம் கண்களால் அவ்வளவு நுண்ணியதாகப் பகுத்தறிய முடியாது என்பதால் குத்துமதிப்பாக ஏழு வண்ணங்கள் என்கிறோம். நம் கணினித் திரையில் சில லட்சம் வெவ்வேறு வண்ணங்களைக் காணமுடியும். ஆனால் பொதுவாக இந்த வெள்ளை ஒளி இந்த ஏழு விதக் கலவையால் ஆனது என்பதோடு நிறுத்திக்கொள்வோம்.

இதில் சிவப்பு ஒளியின் அதிர்வெண் 430 டெராஹெர்ட்ஸ். ஊதா ஒளியின் அதிர்வெண் 750 டெராஹெர்ட்ஸ். இடைப்பட்ட வெவ்வேறு வண்ண ஒளிகள் இடைப்பட்ட அதிர்வெண்களில்

இருக்கும். மனிதக் கண்களால் 430-750 டெராஹெர்ட்ஸ் ஒளியை மட்டும்தான் பார்த்து உணரமுடியும். பூனையால் 430 டெரா ஹெர்ட்ஸைவிடக் குறைவான அதிர்வெண் கொண்ட அகச் சிவப்புக் கதிர்களை உணரமுடியும். 750 டெராஹெர்ட்ஸைவிட அதிகமான அதிர்வெண் கொண்ட மின் காந்த அலையை புற ஊதாக் கதிர்கள் என்கிறோம்.

20-ம் நூற்றாண்டில் எண்ணற்ற பலவிதமான மின் காந்த (காணா ஒளி) அலைகளைக் கண்டுபிடிக்க ஆரம்பித்தனர். அதில் மிகப் பயனுள்ள ஒன்று ஜெர்மன் விஞ்ஞானி வில்ஹெல்ம் ராண்ட்ஜன் என்பவர் கண்டுபிடித்த எக்ஸ் கதிர்கள். இந்த எக்ஸ் கதிர்களின் அதிர்வெண்கள் 30 பெடாஹெர்ட்ஸிலிருந்து 30 எக்ஸாஹெர்ட்ஸ் வரை! மிக மிக அதிகம்!

இப்போது ஸ்பெக்ட்ரம் என்ற வார்த்தைக்கு வருவோம். ஸ்பெக்ட்ரம் என்பதற்குச் சரியான தமிழ்ச்சொல் அலைப்பரவல். (மனிதக்) கண்ணால் காணும் ஒளி என்பது 430-750 டெரா ஹெர்ட்ஸ். அப்படியானால் இதுதான் மனிதக் கண் காணும் ஒளி ஸ்பெக்ட்ரம், அலைப்பரவல். எக்ஸ் கதிர்களின் ஸ்பெக்ட்ரம் என்ன? 30 பெடாஹெர்ட்ஸிலிருந்து 30 எக்ஸாஹெர்ட்ஸ் வரை.

இப்போது வானொலிக்கு வருவோம். மின் காந்த அலைகளைக் கொண்டு மார்கோனி ரேடியோ ஒலிபரப்புகளை ஆரம்பித்தார். இன்று உலகெங்கிலும் வானொலி நிலையங்கள் உள்ளன. இவை பொதுவாக இரு வகைப்படும். ஏ.எம் ரேடியோ எனப்படும் அலைவீச்சு மாற்ற வானொலி. எஃப்.எம் எனப்படும் பண்பலை வானொலி அல்லது அலை அதிர்வெண் மாற்ற வானொலி. இவற்றின் அறிவியல் தொழில்நுட்பத்தை நாம் இங்கே ஆராய வேண்டியதில்லை. ஆனால் அவை இயங்கும் அதிர்வெண் ஸ்பெக்ட்ரத்தை மட்டும் பார்ப்போம்.

ஏ.எம் வானொலி, பொதுவாக மூன்று பிரிவுகளாக இருக்கும்: லாங் வேவ், மீடியம் வேவ், ஷார்ட் வேவ். இதில் இந்தியாவில் லாங் வேவ் ரேடியோ கிடையாது. மீடியம் வேவ், ஷார்ட் வேவ் இரண்டும்தான். சில ஐரோப்பிய நாடுகளிலும் ஆப்பிரிக்க நாடுகளிலும்தான் லாங் வேவில் வானொலி நிலையங்கள் உள்ளன.

லாங் வேவ் : 145 - 290 கிலோஹெர்ட்ஸ்

மீடியம் வேவ் : 520 - 1610 கிலோஹெர்ட்ஸ்

ஷார்ட் வேவ் : 1.7 - 30 மெகாஹெர்ட்ஸ்

எஃப்.எம் : 87.5 - 108 மெகாஹெர்ட்ஸ்

அதாவது எஃப்.எம் வானொலி நிலையம் என்றால் அதன் அதிர்வெண், 87.5 மெகாஹெர்ட்ஸ் தொடங்கி 108 மெகா ஹெர்ட்ஸுக்கு உள்ளாக மட்டுமே இருக்கவேண்டும். அப்படியானால் எஃப்.எம் ஸ்பெக்ட்ரம் என்பது இந்த அலைப்பரவல்தான். மீடியம் வேவ் ஸ்பெக்ட்ரம் என்பது அதேபோல 520 கிலோஹெர்ட்ஸ் தொடங்கி 1610 கிலோ ஹெர்ட்ஸ் வரைக்கும்தான்.

ஸ்பெக்ட்ரம் என்பதற்கும் நில எல்லைகள், கட்டுப்பாட்டு வரையறைகள் உள்ளன. எஃப்.எம் வானொலியை எடுத்துக் கொள்வோம். அதில் ஏதேனும் ஓர் அதிர்வெண்ணை எடுத்துக் கொண்டால், அந்த ஒலிபரப்பு பொதுவாக 40-50 கிலோமீட்டர் வரை கேட்கும். அதைத் தாண்டினால் ஒலியின் தரம் நன்றாக இருக்காது. அப்படியானால் ஒரு குறிப்பிட்ட அதிர்வெண்ணில் ஒரு நாட்டின் பல நகரங்களில் வெவ்வேறு வானொலி நிலையங் கள் செயல்படலாம் அல்லவா? அப்படித்தான் எஃப்.எம் வானொலி ஸ்பெக்ட்ரம் இயங்குகிறது. 98.3 மெகாஹெர்ட்ஸ் சென்னை என்பது ஒரு நிலையம். 98.3 மெகாஹெர்ட்ஸ் திருச்சி என்பது வேறு ஒரு ஸ்டேஷன். 98.3 மெகாஹெர்ட்ஸ் தில்லி என்பது முற்றிலும் வேறு நிலையம்.

ஆனால், மீடியம் வேவ் ஸ்டேஷன்களை எடுத்துக்கொண்டால், அது 200-300 கிலோ மீட்டர் வரை கேட்கும்; அதையும் தாண்டியும் கேட்கும். அப்படியானால் பொதுவாக ஒரு நாட்டுக்குள் ஒரே அதிர்வெண்ணில் ஒரு வானொலி நிலையம் மட்டும்தான் இருக்கும். அதுவும் அருகருகில் இருக்கும் சிறு நாடுகள் என்றால், ஒருவர் அதிர்வெண்ணில் மற்றவர் தலையிடாமல் பார்த்துக் கொள்ளவேண்டும்.

ஷார்ட் வேவ் ரேடியோ சில ஆயிரம் கிலோமீட்டர் வரை பரவக் கூடிய வானொலி இது. அப்படியானால் ஒரு குறிப்பிட்ட அதிர் வெண்ணில் உலகிலேயே ஒரே ஒரு ஷார்ட் வேவ் வானொலி நிலையம்தான் இருக்கமுடியும். இதை நாடுகள் தங்களுக் குள்ளாக ஒழுங்கு செய்துகொள்ளவேண்டும்.

இப்போது எஃப்.எம் வானொலி நிலையங்களை எடுத்துக் கொள்வோம். 87.5-ல் தொடங்கி 108 மெகாஹெர்ட்ஸில் முடிவடைந்துவிடும் என்று பார்த்தோம்.. அதிலும் நீங்கள்

கவனித்துப் பாருங்கள்: சென்னையில் எஃப்.எம் வானொலி நிலையங்களின் அதிர்வெண்கள் இவ்வாறு உள்ளன: 91.1, 91.9 , 92.7, 93.5, 94.3, ... இவற்றைப் பார்த்த உடனே மூளையில் பொறி தட்டவேண்டும்! அடுத்தடுத்த இரண்டு நிலையங்களுக்கு இடையில் சீரான இடைவெளி - 0.8 மெகாஹெர்ட்ஸ்.

இப்படி இரு நிலையங்களுக்கு இடையில் 0.8 மெகாஹெர்ட்ஸ் இடைவெளி இருந்தால்தான் ஒரு ஸ்டேஷனின் ஒலிபரப்பை இன்னொன்று பாதிக்காமல் இருக்கும். அப்படியானால் 87.5-ல் ஆரம்பித்து 108-க்குள் எத்தனை நிலையங்கள் இருக்கமுடியும்? சுமார் 25 நிலையங்கள்! ஆக எந்த ஊரிலும் 25-க்கு மேற்பட்ட எஃப்.எம் வானொலி நிலையங்கள் இருக்கமுடியாது.

ஆக, எஃப்.எம் ஸ்பெக்ட்ரத்தில் ஊருக்கு மொத்தமே 25 வானொலி நிலையங்கள்தான் என்றால், கடுமையான போட்டி இருக்கவேண்டும் இல்லையா? இத்தனை நிலையங்களையும் யாருக்குத் தருவது? இதை அரசே தன் கையில் வைத்திருக்க வேண்டுமா? இல்லை தனியாருக்குத் தரலாமா? தனியார் என்றால், என்ன விலைக்குத் தருவது? இதில் பொதுநலச் சேவை களுக்கு என்று லாபநோக்கற்ற நிறுவனங்களுக்கு ஏதேனும் இட ஒதுக்கீடு வேண்டுமா?

இப்படிப் பல கேள்விகள் எழுகின்றன. ஆனால் நமக்கு ஒன்று மட்டும் புரிகிறது. பற்றாக்குறை என்று வந்தால், அங்கே எதேனும் ஒரு முறையில் பிரித்துக்கொடுக்க ஒரு வழியை உருவாக்கவேண்டும். அதற்கு ஒரு சில கொள்கை முடிவுகளை அரசு எடுக்கவேண்டும்.

எங்கிருந்து திடீரென அரசு வருகிறது? இறையாண்மை கொண்ட ஓர் அரசுதான் ஒரு நாட்டின் அனைத்து இயற்கை வளங்களுக்கும் உரிமைதாரர் என்று நாம் கருதுகிறோம். நிலம் ஒன்று மட்டும்தான் சற்றே மாறுபட்டது. நிலவுடைமை என்பது வழி வழியாக அதில் வசிப்போருக்கு என்றே நாம் கருதி வந்துள் ளோம். இதுதான் இந்திய வழக்கம். சீனா போன்ற கம்யூனிஸ்ட் தேசத்தில் நிலம் யாருக்கும் தனியுடைமை அல்ல. அரசுக்குத்தான் சொந்தம். ஆனால் இந்தியாவிலோ, அமெரிக்காவிலோ, பிரிட்டனிலோ அப்படிக் கிடையாது. நிலத்துக்கு கடந்த பல ஆண்டுகளாக யார் உரிமை கொண்டாடுகிறாரோ, யாரிடம்

பட்டா உள்ளதோ, யாரிடம் பதிவு செய்த பத்திரம் உள்ளதோ அவர்கள்தான் நிலத்துக்கு உரிமையாளர்கள். ஆனால் பிற இயற்கை வளங்களான நீர்நிலைகள், ஆறுகள், ஏரிகள், குளங்கள், கடல்கள், மலைகள், சுரங்கங்கள் ஆகிய அனைத்தும் அரசுக்குச் சொந்தம். அதேபோலத்தான் மின் காந்த ஸ்பெக்ட்ரமும்.

அரசுக்குத்தான் எல்லாம் சொந்தம் என்றாலும், நவீன குடியாட்சி முறையிலான அரசு, பொதுமக்களுக்காக இயங்குகிறது. பொது மக்களின் பயன்பாட்டுக்கென பல இயற்கை வளங்களை இலவசமாகத் தருகிறது. இப்படியாக மக்கள் தங்கள் தனிப் பயன்பாட்டுக்கென ஆற்று நீரை, தரையடி நீரைப் பயன்படுத்திக்கொள்ளலாம். காற்றை உறிஞ்சி சுவாசித்துக் கொள்ளலாம். ஆனால் இதே நீரை உறிஞ்சி விவசாயம் செய்வது என்றால், அல்லது பாட்டிலில் அடைத்து விற்பது என்றால், அந்தத் தொழில்கள் ஏதோ ஒரு விதத்தில் அரசால் கட்டுப்படுத்தப் படும்.

அப்படித்தான் வீடுகளுக்குள் பயன்படுத்தப்படும் பல மின் காந்தப் பரவல்களை எந்தவித உரிமமும் வாங்காமல் நாம் பயன்படுத்திக்கொள்ளலாம். உதாரணமாக நம் வீட்டின் ஏசி, டிவி ஆகியவற்றுக்கான ரிமோட் இயங்குவது அகச் சிவப்புக் கதிர்களைக் கொண்டுதான். ரிமோட்டில் ஒவ்வொரு சானலாக மாற்ற நாம் பட்டனை அழுத்தும்போது, ரிமோட்டிலிருந்து கிளம்பும் அகச் சிவப்புக் கதிர்கள் டிவி பெட்டியில் நுழை கின்றன. டிவி பெட்டியில் உள்ள ரிசீவர் அந்தக் கதிரைப் பெற்றுக்கொண்டு, அதன் சொல்படி சானலை மாற்றுகிறது. அதன் வீச்சு குறைவாக, ஒரே வீட்டுக்குள் இயங்குவதாக இருக்கும். உங்கள் வீட்டில் ரிமோட்டை அழுத்த அடுத்த வீட்டில் சீரியலுக்குப் பதில் கிரிக்கெட் சானல் வந்தால் என்ன சண்டை ஆகிவிடும், யோசியுங்கள்!

அதேபோல, டாக்டர்கள் எக்ஸ் கதிர்கள் கொண்டு எலும்பு முறிவைப் பரிசோதிக்கும்போதும் அந்தக் குறிப்பிட்ட ஸ்பெக்ட்ரத்தைப் பயன்படுத்த உரிமம் வாங்கவேண்டிய தேவையில்லை. வீடுகளிலோ அலுவலகங்களிலோ wi-fi எனப்படும் வயர்லெஸ் இணைய இணைப்பைப் பயன் படுத்திக்கொள்ள நாம் யாருக்கும் கட்டணம் தரவேண்டிய தில்லை.

ஆனால், எஃப்.எம் வானொலி போன்ற ஊர் முழுதும் பரவக் கூடிய ஸ்பெக்ட்ரத்துக்குக் கட்டணம் கட்டவேண்டும். செல்பேசிச் சேவை தருவதற்கும் கட்டணம் கட்டித்தான் ஆகவேண்டும். இவை பற்றி விரிவாகப் பார்ப்பதற்குமுன் இந்தியாவின் பொருளாதார முறை பற்றிக் கொஞ்சம் அறிந்து கொண்டு விடுவது அவசியம்.

4. கொஞ்சம் வரலாறு

புறா விடு தூது, குதிரை வீரன் கையில் ஏந்திச் செல்லும் ரகசிய ஓலை என்றுதான் தகவல் தொடர்புமுறைகள் இருந்தன. ஆப்பிரிக்கப் பழங்குடிகள் மேளம் அடித்து செய்தி பரப்புவார்களாம். ஆனால் அதில் விதவிதமான செய்திகளைச் சொல்லமுடியாது. ஓடி ஒளிந்து கொள், தாக்க வருகிறான் - அவ்வளவுதான். அல்லது சண்டைக்குத் தயாராகு.

ஓலையில் அல்லது தாளில் எழுதிய தகவல்கள் தபால் முறையில் ஓரிடத்தி லிருந்து இன்னோர் இடத்துக்குச் செல்லும் முறை நாநூறு ஆண்டுகளுக்கு முற்பட்டது.

தொழில்நுட்பம் பெரும் பாய்ச்சலைச் செலுத்தியது தந்தி வழியாகத்தான். நீண்ட உலோகக் கம்பி இரு ஊர்களை இணைத் திருக்கும். அதன் வழியாக, மிக எளிதாக, 1 அல்லது 0 என்ற எண்கள் அல்லது அதற்கு இணையாக கட் (குறுகிய ஒலி), கட (நீண்ட ஒலி) என்று அனுப்பினால், எதிராளி அந்த சிக்னலை மாற்றி, அது குறிப்பிடும் எழுத்துகள் என்ன என்று அறிந்துகொள்வார்.

ஆங்கிலத்தில் கட் என்பது டாட் (.) என்றும் கட என்பது டேஷ் (-) என்றும் ஆகும்.

ARRIVED SAFELY (பத்திரமாக வந்துசேர்ந்துவிட்டோம்) என்று ஒரு தகவலை தந்திமூலம் அனுப்ப விரும்புகிறீர்கள் என்று வைத்துக்கொள்வோம். சர்வதேசக் குறியீடுகளின்படி, இது இப்படி மாறும்:

.- .-. .-. .. ...- . -..   ... .- ..-. . .-.. -.—

எதிர்ப்பக்கம் உள்ளவர் இந்த டாட், டேஷ் அனைத்தையும் எடுத்துக்கொண்டு, அதை மாற்றிப் படித்தால் தகவல் அவருக்குச் சென்று சேர்ந்துவிடும். இந்தத் தந்தி அடிக்கும் முறைக்கு மார்ஸ் கோட் என்று பெயர். இது 1836 தொடங்கி சாமுவேல் மார்ஸ், மற்றும் சிலரால் முன்னெடுத்துச் செல்லப்பட்டது. அமெரிக்கா வில் தந்தித் தொழில் மிக வேகமாக வளர்ந்தது. பல பெரிய நிறுவனங்கள் தோன்றின. அமெரிக்காவில் ரயில்வே நிறுவனங்கள் தோன்றிய காலம் அது. நினைவிருக்கட்டும்... இன்னும் தொலைபேசி கண்டுபிடிக்கப்படவில்லை. எனவே தந்தி மூலமாகத்தான் எந்த ரயில் எந்தப் பாதையில் வந்து கொண்டிருக்கிறது என்று சொல்லமுடியும். அதைக்கொண்டு தான் அடுத்த ரயில்வே நிலையத்தில் உள்ளவர் வண்டிகளை ஒழுங்குபடுத்த முடியும். இல்லாவிட்டால் பெரும் விபத்துதான்.

தாமஸ் ஆல்வா எடிசன் சிறுவனாக இருந்தபோதே தந்தி அடிக்கும் முறையைக் கற்றுக்கொண்டு, பெரும் சாதனைகளைப் புரிந்தார். தந்திச் செய்திகளை வேகமாக அடிப்பது, புதிய கருவி கள் கண்டுபிடிப்பதன்மூலம் அதிகச் செய்திகளை வேகமாக அனுப்புவது என்று தந்தித்துறைக்கு அவர் நிறையப் பங்காற்றி உள்ளார்.

அலெக்சாண்டர் கிரகாம் பெல், தொலைபேசி முறைக்குக் காப்புரிமை பெற்றார். மேலும் பலர் இதில் நிறையப் பங்காற்றி உள்ளனர் என்றாலும் கிரகாம் பெல்லையே தொலைபேசியின் தந்தை என்கிறோம். 1880-களில் தொலைபேசி கொஞ்சம் கொஞ்சமாக அமெரிக்காவில் முன்னுக்கு வர ஆரம்பித்தது. ஆனால் தந்தி நிறுவனங்கள் இந்த வளர்ச்சியைப் புரிந்து கொள்ளவில்லை.

எப்போதுமே புதிய தொழில்நுட்பம் வரும்போது ஏற்கெனவே களத்தில் இருக்கும் தொழில்நுட்ப நிறுவனங்கள் அதனை அலட்சியம் செய்யும். களத்தில் இருப்பதற்குப் பெரிய வாடிக்கையாளர் கூட்டம் இருக்கும். பல ஆண்டுகளாக இருப்பதால், அது நன்றாகவும் வேலை செய்யும். ஆனால் புதிய தொழில்நுட்பத்தில் நிறையக் கோளாறுகள் இருக்கும். அவ்வப்போது வேலை செய்யாது. ஆனால் திடீரென ஒரு நாள் கோளாறுகள் சரியானவுடன் என்ன, ஏது என்று கேட்பதற் குள்ளாக பழைய தொழில்நுட்பம் காணாமல் போயிருக்கும். முற்றிலுமாக அழிந்தேகூடப் போயிருக்கும்.

அமெரிக்காவில் தந்திக்கும் இதுதான் நடந்தது. முதலில் தொலைபேசியில் குரல்கள் சரியாகக் கேட்கவில்லை. சத்தம் போட்டுப் பேசவேண்டும். இணைப்பு சரியாகக் கிடைக்காது. நாளடைவில் அவை எல்லாம் சரியானதும், தந்தி எதற்கு, தொலைபேசியில் நேரடியாகவே தகவல்களைப் பெற்றுக்கொள் ளலாமே என்று ஆகிவிட்டது. இன்று தந்தி மெஷின் என்பது மியூசியத்தில் மட்டுமே உள்ளது. இந்தியாவில் வாழ்த்துத் தந்தி அனுப்பும்போது அது உண்மையில் தந்தி மெஷின்மூலம், கம்பிமூலம் வருவதில்லை. இணையம்மூலம் படுவேகமாகப் பறந்து வருகிறது!

இந்தியாவில், பிரிட்டிஷ் கிழக்கிந்திய கம்பெனி காலத்தில், 1850-ல் தந்தி அறிமுகப்படுத்தப்பட்டது. 1857 முதல் இந்திய சுதந்தரப் போருக்குப் பின், இந்தியா முழுமையாக பிரிட்டிஷ் ஆட்சியின்கீழ் வந்தபோது, தந்தி, ரயில்வே என இரண்டும் படுவேகமாக நடைமுறைப்படுத்தப்பட்டன. ஒவ்வொரு சிறு நகரத்துக்கும் தபால் ஆபீஸும் தந்திச் சேவையும் கிடைத்தது. பல கிலோ மீட்டர்களுக்கான இருப்புப் பாதை போடப்பட்டது.

அதேபோல, 1882-லேயே இந்தியாவில் தொலைபேசியும் நுழைந்துவிட்டது. மெட்ராஸ், பாம்பே, கல்கத்தா ஆகிய நகரங் களில் தொலைபேசிச் சேவை அந்த ஆண்டிலேயே கிடைத்து விட்டது.

பிரிட்டிஷ் ஆட்சி முடிந்து இந்தியாவுக்கு 1947-ல் சுதந்தரம் கிடைத்ததும், இந்தியாவில் எப்படிப்பட்ட பொருளாதாரக் கட்டமைப்பு இருக்கவேண்டும் என்பது பற்றி விவாதங்கள் தொடங்கின. அரசியல் அமைப்புச் சட்ட நிர்ணய சபையில் பல

விவாதங்கள் நடந்துமுடிந்து, இறுதியில் இந்தியா ஒருவிதமான கலப்புப் பொருளாதாரமாக இருக்கும் என்று முடிவானது.

உலகில் அதே நேரத்தில் இருவிதமான அரசியல்-பொருளாதார அமைப்புகள் கொண்ட நாடுகள் இருந்தன. அமெரிக்கா, பிரிட்டன், பிற மேற்கு ஐரோப்பிய நாடுகள் ஒருவகை. இவை சந்தைப் பொருளாதாரத்தை, முதலாளித்துவத்தை முன்வைத்த நாடுகள். இந்த அமைப்பின்படி, அரசாங்கம் தொழில்துறையில் ஈடுபடாது. பொருள்கள், சேவைகள் என அனைத்தும் தனியார்களின் கையில்தான். மிக முக்கியமான கனிம வளங்கள் என்றாலும்கூட, மின்சார உற்பத்தி என்றாலும்கூட. இந்த நாடுகளில் மாற்றங்கள் அதிகமின்றி, பல கட்சி குடியாட்சி முறை அமலில் இருக்கும்.

சோவியத் ரஷ்யா, சீனா போன்ற கம்யூனிஸ்ட் நாடுகள் இரண்டாவது வகை. அங்கு ஒற்றைக் கட்சி ஆட்சிதான். அது மட்டுமல்ல, தனியார் என்ற துறையே கிடையாது. குண்டூசி செய்வதாக இருந்தாலும் சரி, செயற்கைக்கோள் செய்வதாக இருந்தாலும் சரி, எல்லாம் அரசாங்கம்தான். நெல் விளைவிப்பதா, கரும்பா, நிலக்கடலையா என்பதைக்கூட அரசுதான் முடிவு செய்யும். எதுவும் தனியாருக்குச் சொந்தம் அல்ல. எல்லாமே பொதுவுடைமை.

இந்தியா போன்ற சில நாடுகள் இரண்டுங்கெட்டானாக இருக்க முடிவு செய்தன. ஏதோ ஒருவிதத்தில் கம்யூனிச ஆட்சிமுறை வேண்டாம் என்று முடிவெடுத்தாயிற்று. பல கட்சி, குடியாட்சி முறைதான். ஆனால் பொருளாதாரத்தைப் பொருத்தமட்டில் என்ன செய்வது? ஒரேயடியாக தனியாரிடம் விடுவதற்கும் பயம். அதனால்தான் கலப்புப் பொருளாதாரம் முன்வைக்கப்பட்டது.

கலப்பு என்றால்?

1. சில துறைகளில் அரசு நிறுவனங்கள் மட்டும்தான் இருக்க முடியும்.

2. அப்படிப்பட்ட துறைகளில் ஏற்கெனவே தனியார் நிறுவனங்கள் செயல்பட்டால், சில நேரங்களில் அவை தொடரட்டும் என்று அனுமதிக்கலாம். வேறு நேரங்களில் வலுக்கட்டாயமாக அந்த நிறுவனங்களைப் பிடுங்கி, தேசியமயமாக்கிவிடலாம்.

3. சில துறைகளில் அரசும் இருக்கும்; தனியாரும் இருக்கலாம்.

4. பிற துறைகளில் அரசு பொதுவாக நுழையாது. தனியார் துறையினரே இருப்பார்கள். ஆனால் அவர்கள் வெகுவாகக் கட்டுப்படுத்தப்படுவர்.

5. உதாரணமாக, ஏதேனும் தனியார் துறை நிறுவனம் துணி ஆலை நிறுவ விரும்புகிறது என்றால் அந்த நிறுவனம் முதலில் உரிமம் (லைசென்ஸ்) பெறவேண்டும். பிறகுதான் துணி ஆலையை ஆரம்பிக்கலாம்.

6. அடுத்து அந்த நிறுவனத்துக்கு உற்பத்திக்கு என ஒரு கோட்டா (உச்சபட்ச அளவு) இருக்கும். அதாவது அந்த நிறுவனம் ஆண்டுக்கு ஒரு லட்சம் மீட்டர் துணிதான் உற்பத்தி செய்யலாம் என்று கோட்டா கொடுப்பார்கள். அதற்குமேல் உற்பத்தி செய்யக்கூடாது. அல்லது அதிகம் உற்பத்தி செய்யவேண்டும் என்றால் மீண்டும் அரசிடம் சென்று அனுமதி பெற்று, கோட்டாவை உயர்த்தவேண்டும்.

7. பொருள்களை ஏற்றுமதி செய்ய, இறக்குமதி செய்ய பெர்மிட் (முன் அனுமதி) வேண்டும்.

இதைத்தான் ராஜாஜி, லைசென்ஸ்-கோட்டா-பெர்மிட் ராஜ் என்று தாக்கிப் பேசுவார். முதலில் இரும்புத் துறையை எடுத்துக்கொள்வோம். நாடு விடுதலை பெற்ற சமயம், டாடா ஸ்டீல் என்ற தனியார் நிறுவனம் இரும்பு உற்பத்தி செய்துவந்தது. அதை மட்டும் விட்டுவிட்டு, இனி அரசு மட்டுமே இரும்பு உற்பத்தி செய்யும் என்று முடிவெடுத்தார்கள். பிறகு பல பத்தாண்டுகளுக்கு அரசின் செய்ல் (SAIL) என்ற அமைப்பு மட்டும்தான் இரும்பு உற்பத்தி செய்தது. டாடா ஸ்டீல் ஓர் ஆண்டுக்கு இத்தனை டன்னுக்கு மேல் இரும்பு உற்பத்தி செய்யமுடியாது என்று வரம்பு இருந்தது.

இதனால்தான் லட்சுமி மிட்டல் இந்தியாவுக்கு வெளியே போனார். இந்தோனேசியாவில் இரும்பு உற்பத்தியை ஆரம்பித்த அவர், சிறுகச் சிறுக வளர்ந்து, உலகின் பல நாடுகளில் இன்று இரும்பு உற்பத்தியைச் செய்கிறார். உலகின் நம்பர் 1 இரும்பு உற்பத்தி நிறுவனமாக ஆர்சிலர்-மிட்டல் அவருடைய நிர்வாகத்தின்கீழ் இருக்கிறது. ஆனால் அவருக்கு இந்தியாவில் ஒரு தொழிற்சாலையும் கிடையாது.

இந்தியா சுதந்தரம் பெற்றபோது வங்கி, காப்பீடு ஆகியவை முற்றிலும் தனியார் துறை கையில்தான் இருந்தன. முதலில் ஜவாஹர்லால் நேரு காலத்தில், 1956-ல், காப்பீட்டுத் துறை தேசியமயமாக்கப்பட்டது. தனியார் கம்பெனிகள் அனைத்தும் தம் தொழில்களை அரசிடம் விற்கவேண்டும் என்று சட்டம் இயற்றப்பட்டது. பின் 1990-கள்வரை இந்த நிலையே தொடர்ந்தது. 1990-களில்தான் காப்பீட்டுத் துறையில் மீண்டும் தனியார் உள்ளே நுழையலாம் என்று முடிவானது. ஆனால் அரசுத் துறையும் தொடர்ந்து இருக்கும்.

1960-களில் இந்திரா காந்தி காலத்தில் நிறைய வங்கிகள் இப்படித்தான் தேசியமயமாக்கப்பட்டன. சில சிறு வங்கிகள் மட்டுமே தனியார் துறையில் இருந்தன. பின்னர் 1990-களில் மீண்டும் தனியார் வங்கிகள் அனுமதிக்கப்பட்டன.

தொலை தொடர்புத் துறை முற்றிலுமாக அரசின் கையில் தான் இருந்தது. ஆனால் விளைவுகள் எந்தவிதத்திலும் மக்களுக்கு உபயோகமாக இல்லை. சுதந்தரத்துக்கு மறு ஆண்டு, 1948-ல் நாட்டிலேயே மொத்தம் 80,000 தொலை பேசிகள்தான் பயன்பாட்டில் இருந்தன. இதில் அரசு அலுவலகங்கள்தான் பெரும்பான்மையாக இருந்திருக்கும். 1981 -ல் 21.5 லட்சம் தொலை பேசிகள் இருந்தன.

சாம் பிட்ரோடா

ராஜிவ் காந்தி ஆட்சியின்போது, சாம் பிட்ரோடா என்பவர் பிரதமரின் தொழில்நுட்ப ஆலோசகராக இருந்தார். அப்போது நாட்டில் சுமார் 25 லட்சம் தொலைபேசிகள் இருந்தால் பெரிய விஷயம்.

பிட்ரோடாவின் முன்முயற்சியில்தான் பப்ளிக் கால் ஆஃபீஸ் எனப்படும் பொதுத் தொலைபேசி நாடெங்கும் கொண்டுவரப் பட்டது. தெருவுக்குத் தெரு, 1 ரூபாய் போட்டு போன் பேசும் முறை அப்போதுதான் அறிமுகமானது.

அப்படியும் 1991-ல் இந்தியாவில் வெறும் 50 லட்சம் தொலை பேசிகள்தான் இருந்தன. அந்தக் கட்டத்தில் இந்தியாவின் மக்கள் தொகை சுமார் 100 கோடி என்பதை நினைவில் வையுங்கள்.

ஆனால், இந்திய தொலை தொடர்புத் துறையால் வேண்டிய அளவுக்கு தொலைபேசி இணைப்புகளை வழங்கமுடிய வில்லை. இப்போது பதிவு செய்தால் இரண்டு அல்லது மூன்று ஆண்டுகள் பொறுத்திருக்கவேண்டும். இன்று தத்கால் ரயில்வே டிக்கெட் வாங்குவதுபோல, 30,000 ரூபாய் கட்டினால் தத்கால் தொலைபேசி கிடைக்கும். ஆனால் அந்தக் கட்டத்தில் எத்தனை பேரால் அந்த அளவுக்குப் பணம் கட்டி வாங்கமுடிந்திருக்கும்?

பணம் படைத்தவர்கள் மட்டுமே தொலைபேசி வைத்திருந்த காலம் அது. ஆனால், நல்ல காலமாக, இந்தியத் தொழில் துறையில் 1990-களில் பெரும் மாற்றம் ஏற்பட்டது.

இன்றைய பிரதமர் மன்மோகன் சிங் அப்போது நிதி அமைச்சராக இருந்தார். வாயை அழுத்தமாகப் பூட்டு போட்டு பூட்டியிருந்த நரசிம்ம ராவ் பிரதமராக இருந்தார். இந்தியாவின் அந்நியச் செலாவணிக் கையிருப்பு படுமோசமாக இருந்தது. அடுத்த மாதத்துக்கான பெட்ரோலை இறக்குமதி செய்யக்கூட முடியாத நிலை.

தாராளமயமாக்கல் கொள்கை அப்போதுதான் செயல்படுத்தப் பட்டது. பல நடைமுறைகளில் ஒன்றாக, தொலை தொடர்புத் துறையில் கொஞ்சமாக தனியாருக்கு அனுமதி தரப்பட்டது.

அப்படி இந்தியாவில் ஆரம்பித்ததுதான் செல்பேசிச் சேவை.

★

கம்பி வழியாகத் தொலைபேசிச் சேவை எப்படி இயங்குகிறது? கிரகாம் பெல் கண்டுபிடித்த தொலைபேசி மிகவும் எளிமை யானது. ஒவ்வொரு பக்கமும் ஒரு தொலைபேசிக் கருவி. அதில் நாம் பேசுவதை சிக்னலாக மாற்ற ஒரு கருவி இருக்கும். அடுத்த பக்கம் உள்ளவர் பேசுவது சிக்னலாக மாறி நம்மிடம் வரும்போது அந்த சிக்னலை மீண்டும் ஒலியாக மாற்றுவதற்கு ஒரு கருவி இருக்கும். இந்த இரண்டு கருவிகளையும் ஓர் இரட்டைக் கம்பி இணைத்திருக்கும். இந்த இரட்டைப் பின்னல் கம்பி, செப்பால் செய்யப்பட்டிருக்கும்.

ஆரம்பத்தில் தொலைபேசி இணைப்பகத்தில் வேலை செய்யும் ஊழியர்கள்தான் தொலைபேசி இணைப்புகளைச் செய்துதரு வார்கள். நீங்கள் போனை எடுத்ததுமே இணைப்பகத்தில் உள்ளவர் உங்களுடன் பேசுவார். நீங்கள் யாருடன் தொடர்புகொள்ள விரும்புகிறீர்களோ அவர்களது எண்ணைக் கொடுத்தால் அவர் இணைப்பை ஏற்படுத்துவார், பிறகு நீங்கள் பேசலாம். பின்னர் தானியங்கி இணைப்பகங்கள் வந்தன. உள்ளூருக்குள் மட்டும் பேசும் வசதிக்கு மேலாக, வேற்று ஊருக்குப் பேசும் டிரங்க் கால் இணைப்பு வசதி கிடைத்தது. உலக நாடுகள் அனைத்துக்கும் பேசும் இண்டர்நேஷனல் கால் லிங்க் வசதியும் வந்தது.

ஆனால் இவை அனைத்துக்கும் அடிப்படை கம்பி. ஓர் ஊரில் உள்ள ஒவ்வொரு வீடும், தொலைபேசி இணைப்பகத்துடன் கம்பியால் இணைக்கப்பட்டிருக்கவேண்டும். ஒரே ஊரில் உள்ள அனைத்து தொலைபேசி இணைப்பகங்களும் இன்னும் தடியான கம்பியால் இணைக்கப்பட்டிருக்கவேண்டும். ஒவ்வோர் ஊரும் பக்கத்து ஊருடன் கம்பியால் இணைக்கப்பட்டிருக்கவேண்டும். ஒவ்வொரு நாடும் பக்கத்து நாட்டுடன் கம்பியால் இணைக்கப் பட்டிருக்கவேண்டும். கடலுக்கு அடியில் கம்பிகள்மூலம் கண்டங்கள் இணைக்கப்பட்டன. கம்பியால் இணைக்கமுடியாது என்ற நிலை வந்தபோது, செயற்கைகோள் வழியில் நாடுகளுக்கு இடையே தொடர்புகள் ஏற்படுத்தப்பட்டன.

ஆனால் மொத்தத்தில், கடைசி மைலில் ஓர் இணைப்பகத் திலிருந்து ஒரு வீட்டுக்குக் கம்பி கனெக்ஷன் வேண்டியிருந்தது. இந்தக் கம்பிக்கு ஆகும் செலவும் அதிகமாக இருந்தது. உலக அரங்கில் செப்பின் மதிப்பு ஏறிக்கொண்டே போனது. இந்தக் காரணங்களால்தான் இந்தியா போன்ற ஏழை நாட்டில் தொலைபேசிகளின் எண்ணிக்கை குறைவாக இருந்தது. தொலைபேசி சேவையை அளிக்க, தொலைபேசி நிறுவனத் துக்கு ஆகும் முதலீட்டுச் செலவும் மிக அதிகமாக இருந்தது. ஒரு அழைப்புக்கான கட்டணமும் அதிகமாக இருந்தது.

கம்பியில்லா தொலை தொடர்பின் தேவை இரண்டாம் உலகப் போரின்போதுதான் தெரியவந்தது. முதலாம் உலகப்போர் படத்துண்டுக் காட்சிகள் கிடைத்தால் பாருங்கள். போர் நடக்கிறது என்றால், அங்கே ஒரு பொறியாளர் படையும் கூட

இருக்கும். இவர்கள் முன்னாலேயே போய், சாலைகள் போடுவார்கள், இருப்புப் பாதைகள் அமைப்பார்கள், உடைந்த பாலங்களைச் செப்பனிடுவார்கள். அவை வழியாகத்தான் படைகள், டாங்குகள், பீரங்கிகள் கொண்டுசெல்லப்படும். போகும் வழியெல்லாம் கம்பிகளைத் தரையில் பதித்தபடியே செல்வார்கள். இந்தக் கம்பிதான் தொலைபேசி, தந்திச் சேவைகளை அளிக்கும்.

ஆனால் இது செலவு அதிகம் எடுக்கும் வேலை. பிரச்னை பிடித்ததும்கூட. இரண்டாம் உலகப் போரின்போது கம்பியில்லா தொலைத்தொடர்பு அறிமுகப்படுத்தப்பட்டது. இன்று நாம் வாக்கி டாக்கி என்று சொல்கிறோமே, அந்தச் சேவை அறிமுக மானது. குறுகிய தொலைவில், ஓரிடத்திலிருந்து இன்னோர் இடத்துக்குப் பேச, கேட்க முடிந்தது. ஆனால் இதனை, அதே போன்ற கருவி ஒன்றைக்கொண்டு எதிரியால் எளிதில் ஒட்டுக் கேட்கவும் முடிந்தது.

இந்தத் துறையிலான ஆராய்ச்சி அமெரிக்காவில் 1950-கள், 1960-களில் தொடர்ந்து நடந்தது. கார் ஓடிக்கொண்டிருக்கும் போதே போனில் பேசக்கூடிய சேவை அறிமுகப்படுத்தப் பட்டது. ஆனால் இது மிகவும் செலவு பிடிக்கும் வேலையாக இருந்தது. 1970-களில் அமெரிக்காவில் மொபைல் தொலைபேசி தொடர்பான ஆராய்ச்சிகள் பலன் தர ஆரம்பித்தன.

1979-ல் ஜப்பானில் வர்த்தக ரீதியாக இந்தச் சேவை தொடங்கப் பட்டது. 1981-ல் டென்மார்க், ஃபின்லாந்து, நார்வே, சுவீடன் ஆகிய நாடுகளில் இந்தச் சேவை அறிமுகப்படுத்தப்பட்டது. 1983-ல் அமெரிக்காவில் இந்தச் சேவை கிடைத்தது. ஆனால் அமெரிக்காவில் இதற்குப் பெரிய ஆர்வம் இல்லை. அங்கே ஏற்கெனவே அனைத்து வீடுகளுக்கும் கம்பியினால் இயங்கும் தொலைபேசி இருந்தது. வீட்டுக்குள்ளாக கார்ட்லெஸ் என்ற முறையில் இயங்கக்கூடிய ஹாண்ட்செட் இருந்தது. எனவே செல்பேசியின் தேவை என்ன என்றே மக்கள் நினைத்தனர். அடுத்த இருபது ஆண்டுகள் கழித்துதான் அமெரிக்காவில் செல்பேசி மீண்டும் முன்னிலைக்கு வரும். ஆனால், இந்தச் சேவை வளர்ச்சி அடையாத நாடுகளுக்கு வரப்பிரசாதமாக இருக்கப்போகிறது என்பது அனைவருக்கும் தெரிந்துவிட்டது.

1980-கள் முழுக்க அளிக்கப்பட்ட மொபைல் சேவை, முதலாம் தலைமுறை - 1ஜி (1G - First Generation) சேவை எனப்பட்டது. அதாவது, மிகவும் ஆரம்பகட்ட சேவை. கையில் வைத்திருக்கும் மொபைல் போன், ஒரு செங்கல் போல கனமாக இருக்கும்; கிட்டத்தட்ட செங்கல் அளவுக்கு நீள, அகலம் தடிமனும் கொண்டதாக இருக்கும்! அடிக்கடி அதனை சார்ஜ் செய்து கொண்டே இருக்கவேண்டும்.

1990-களின் தொடக்கத்தில் இரண்டாம் தலைமுறை - 2ஜி - சேவை வழக்குக்கு வந்தது. அடுத்த பத்தாண்டுகளில் இந்தச் சேவை உலகையே மாற்றிவிட்டது. இதன்மூலமாகத்தான் இந்தியா வுக்கும் விடிவு காலம் வந்தது.

1ஜி, 2ஜி சேவைகளுக்கு இடையே இருந்த ஒரு மாபெரும் வித்தியாசம், அனலாக், டிஜிட்டல் தொழில் நுட்ப வித்தியா சங்கள். கம்பி வழியிலான தொலைபேசிச் சேவை, அனலாக் தொழில் நுட்பத்தில் இயங்குவது. 1ஜி மொபைல் சேவையும் அனலாக் தொழில்நுட்பத்திலேயே இயங்கியது.

டிஜிட்டல் என்றால் என்ன, அனலாக் என்றால் என்ன என்பதை மேலோட்டமாக மட்டுமே பார்ப்போம்.

ஏ.எம் ரேடியோவாக இருந்தாலும் சரி, எஃப்.எம் ரேடியோவாக இருந்தாலும் சரி, இரண்டுமே இயங்குவது அனலாக் தொழில் நுட்பத்தில்தான். நீங்கள் பேசும் பேச்சை, பாடும் பாட்டை, இசைக்கும் இசையை, அப்படியே சிக்னலாக மாற்றிவிடு கிறீர்கள். இந்த சிக்னல் மேடும் பள்ளமும் கொண்ட ஒரு கடல் அலை போல இருக்கும். இதற்குத்தான் அனலாக் என்று பெயர். இந்த மேடு பள்ளம் கொண்ட கடல் அலையை, மற்றொரு பெரிய அலைமீது சுமத்துகிறீர்கள். பின் இவை இரண்டும் சேர்ந்த அலையை, காற்றில் பரப்புகிறீர்கள். மறுபக்கம், இந்தப் அலையை வாங்கி, பெரிய அலையைக் கழித்து, மீதம் இருப் பதை ஸ்பீக்கரில் செலுத்தினால் பேச்சு, பாட்டு, இசை கேட்கும்.

தொலைபேசியும் இப்படியே. நீங்கள் பேசும் குரல் அப்படியே அலை வடிவில் ஏற்ற இறக்கங்களுடன் கம்பியின் ஊடாகப் போய், மறுபக்கம், ஸ்பீக்கரில் சத்தமாக மாறி ஒலிக்கிறது.

இதில் நாய்ஸ் எனப்படும் வேண்டாத சத்தங்கள் நிறைய வரும். காற்றடித்தால்கூட உங்கள் வீட்டு ரேடியோ கொர கொரவென்று

சத்தம் போடும். முன்னெல்லாம் மழை பெய்தால், வீடுகளில் தொலைபேசி வேலை செய்யாது.

அனலாக் முறையில் இயங்கிய 1ஜி செல்பேசியும் இப்படித்தான். காற்றடித்தால், மழை பெய்தால், புயல் அடித்தால், உங்கள் பேச்சு தகராறு ஆகிவிடும். ஆனால் டிஜிட்டல் தொழில்நுட்பம் இதைச் சரிக்கட்டிவிடும். இதற்கு டைம் சாம்ப்ளிங் என்ற முறையைப் பயன்படுத்துகிறோம். குரலை, பாட்டை, இசையை முதலில் பதிவு செய்துகொள்வோம். அதில் ஒரு விநாடி நேரத்தை எடுத்து, அதனை நூறு துண்டுகளாக வெட்டிக்கொள்வோம். அந்த ஒவ்வொரு புள்ளியிலும் குரலின் வீச்சு என்ன என்று பார்ப்போம். ஒவ்வொன்றும் ஓர் எண்ணாக இருக்கும். இந்த சாம்பிள் எண்களை வரிசையாகக் குறித்து வைத்துக்கொள்வோம். இவற்றை மறுமுனையில் இருப்பவருக்கு அனுப்புவோம். அவர் இந்த எண்களைக் கொண்டு அந்த ஒலி அலையின் மேடு பள்ளங்களை நிரப்பிக் கொள்வார்.

சில எண்களை மட்டும் மறுமுனையில் இருப்பவருக்கு அனுப்பு வதில் எந்தவிதத் தவறும் செய்யாமல் இருக்கமுடியும். காற்று அடித்தால், மழை பெய்தால் இந்த எண்ணிக்கையை அனுப்பு வதில் தவறு ஏதும் ஏற்படாவண்ணம் பார்த்துக்கொள்ள முடியும்.

பயன்பாட்டுரீதியில் அனலாக், டிஜிட்டல் இரண்டையும் நாம் பரிசீலிக்கலாம். இசைத்தட்டுகளைப் பொருத்தமட்டில், முன் காலத்தில் கிடைத்த எல்.பி இசைத்தட்டு, டேப் கேஸட் இரண்டும் அனலாக். சிடி என்பது டிஜிட்டல். எம்.பி3 என்று இன்று நமக்குக் கிடைப்பது நன்கு கம்ப்ரெஸ் செய்யப்பட்ட (அழுத்தி நசுக்கப்பட்ட) டிஜிட்டல்.

டிஜிட்டலின் பெரிய நன்மை இதுதான். துல்லியமான குரலை அனுப்ப முடியும். அப்படி அனுப்பும்போது நிறைய இடம் வீணாகாமலும் அனுப்பமுடியும்.

இங்கே இடம் என்றால் என்ன?

மீண்டும் ஸ்பெக்ட்ரத்துக்குத் திரும்புவோம். எஃப்.எம் வானொலி நிலையத்தின் ஒலிபரப்பைச் செய்ய, ஒரேயொரு நிலையத்துக்கே 0.8 மெகாஹெர்ட்ஸ் தேவைப்பட்டது. இது அனலாக். இதுபோல மொத்தம் 25 ஒலிபரப்புதான் இருக்க முடியும் என்றும் பார்த்தோம்.

அனலாக் முறை 1ஜி செல்பேசி, எஃப்.எம் வானொலி அளவுக்கு மோசம் இல்லை. எஃப்.எம் வானொலி 50 கிலோமீட்டர் தூரம் வரை போகவேண்டியிருந்தது. ஆனால் மொபைல் போன் என்றால், நீங்கள் இருக்கும் இடத்திலிருந்து அருகில் உள்ள டவர் வரை செல்லவேண்டும். அப்படியானால், நகரம் என்றால் சுமார் 500 மீட்டர் முதல் 1000 மீட்டர் போதும். கிராமப்பகுதி என்றால் 3-4 கிலோமீட்டர் போதும்.

பொதுவாக ஒரு ஃபார்முலாவை வைத்துக்கொள்ளலாம். குறைவான தூரம் போதும் என்றால், நமக்குத் தேவை அதிகமான அதிர்வெண். மேலும் அதிர்வெண் அதிகமாக அதிகமாக, அந்த மின் காந்த அலை எடுத்துச் செல்லும் தகவலின் அளவு அதிகமாகும். அதற்குமேலாக தொழில்நுட்பத்தை சிறப்பாகப் பயன்படுத்தினால், எடுத்துச் செல்லும் தகவலின் அளவு மேலும் மேலும் அதிகமாகும். இதனால், ஸ்பெக்ட்ரத்தை நல்ல செயல்திறனுடன் பயன்படுத்தி, நிறையச் சேமிக்கலாம்.

1990-களிலிருந்தே 2ஜி சேவை உலகமெங்கும் பரவ ஆரம்பித்தது என்று பார்த்தோம். இது எப்படி வேலை செய்கிறது?

முதலில் ஒவ்வொரு வட்டத்திலும் ஸ்விட்ச் என்ற ஒரு கருவி இருக்கும். இதுதான் மொபைல் சேவையின் அடிநாதம், மூளை. பின்னர், அந்த வட்டத்தின் பல இடங்களில் டவர்கள் என்ற கோபுரங்கள் நிறுவப்படும். இந்த செல்பேசி கோபுரங்களில் டிரான்ஸ்மிட்டர், ரிசீவர் கருவிகள் வைக்கப்பட்டிருக்கும்.

இந்த ஸ்விட்ச், அனைத்து செல்பேசி கோபுரங்களுடனும் தொடர்புகொள்ளும். இந்த கோபுரங்கள் ஒவ்வொன்றும், ஒரு குறிப்பிட்ட எல்லைக்குள் இருக்கும் அனைத்து செல்பேசி களுடனும் தொடர்புகொள்ளும்.

2ஜி செல்பேசிச் சேவைகள் 900 மெகாஹெர்ட்ஸிலும் 1800 மெகாஹெர்ட்ஸிலும் இயங்குகின்றன. உலகம் ஒருவழி என்றால் அமெரிக்கா தனிவழி என்பதுபோல, அந்த நாட்டில் மட்டும் 800 மெகாஹெர்ட்ஸில் இந்தச் சேவை இயங்குகிறது. 1990-களில் இந்தியாவில் இயங்கிய சேவைகள் அனைத்துமே 900 மெகாஹெர்ட்ஸில் இயங்கின. 2000-க்குப் பிறகு தொடங்கிய சேவைகள் 1800 மெகாஹெர்ட்ஸுக்கு நகர்ந்தன. இதனால் செல்பேசிக் கைக்கருவிகள் டியூயல் பேண்ட் என்ற இரு அதிர்வெண் பகுதிகளிலும் இயங்கக்கூடியதாகத் தேவைப்

பட்டது. அமெரிக்கா செல்பவர்களுக்கு ட்ரை பேண்ட் என்ற பிரத்யேக கைக்கருவி தேவைப்பட்டது. இன்றெல்லாம் யாரும் இதைப்பற்றி அவ்வளவாகக் கவலைப்படுவதில்லை. இந்தியாவில் கிடைக்கும் அனைத்து செல்பேசிகளும் டியூயல் பேண்டாகவாவது இருக்கும்.

இப்போது செல்பேசி ஸ்பெக்ட்ரத்தைப் புரிந்துகொள்ள 1800 மெகாஹெர்ட்ஸை மட்டும் கணக்கில் எடுத்துக்கொள்வோம். 1800 மெகாஹெர்ட்ஸ் என்பது இப்படித்தான் வேலை செய்யும்.

1710-1785 மெகாஹெர்ட்ஸ் என்பது செல்பேசிகள், கோபுரத் துடன் தொடர்புகொள்ள.

1805-1880 மெகாஹெர்ட்ஸ் என்பது கோபுரம், செல்பேசிகளுடன் தொடர்புகொள்ள.

இந்தப் பகுதியை வேண்டிய அளவு ஒவ்வொருவருக்கும் பிரித்துக்கொடுக்கவேண்டும். இந்த மொத்த அலைப்பரவல்தான் 2ஜி ஸ்பெக்ட்ரம் எனப்படும். இந்த ஸ்பெக்ட்ரத்தில் ஒரு குறிப்பிட்ட துண்டைத்தான் ஒரு நிறுவனத்துக்குக் கொடுப் பார்கள்.

இங்குதான் 2ஜியின் இரண்டு தொழில்நுட்பங்களைப் பற்றி நாம் குறிப்பிடவேண்டும். முதலில் உருவானது ஜி.எஸ்.எம் என்ற தொழில்நுட்பம். அடுத்து வந்தது சி.டி.எம்.ஏ என்ற தொழில் நுட்பம். இதில் சி.டி.எம்.ஏ என்பது ஜி.எஸ்.எம்மைவிடச் செயல்திறன் மிக்க தொழில்நுட்பம். கொடுக்கப்பட்டுள்ள அலைப்பரவல் துண்டில், சி.டி.எம்.ஏ இருமடங்கு சிறப்பாக, அதாவது இரண்டு மடங்கு அதிகமான நபர்களுக்குச் சேவை அளிக்க உதவும்.

★

இப்போது மீண்டும் இந்தியாவுக்கு வருவோம். 1992-ல் செல்பேசித் துறையில் தனியாரை அனுமதிப்பது என்று முடிவானது. ஆனால் செல்பேசித் துறையில் மட்டும்தான். கம்பிவழித் தொலைபேசியை அரசின் தொலைதொடர்புத் துறையே வழங்கும். எஸ்.டி.டி எனப்படும் டிரங்க் கால் சேவையையும் தொலை தொடர்புத் துறையே வழங்கும். சர்வதேச நாடுகளைத் தொடர்புகொள்ளும் சேவையை அரசு நிறுவனமான வி.எஸ்.என்.எல் வழங்கும்.

இந்தியா பல வட்டங்களாக வெட்டப்பட்டது. தில்லி, பம்பாய், சென்னை, கல்கத்தா என்ற நான்கு மெட்ரோ பெருநகரங்களும் தனித்தனி வட்டங்கள். பம்பாய் இல்லாத மகாராஷ்டிரம், சென்னை இல்லாத தமிழ்நாடு (இதில் புதுச்சேரியும் உண்டு), கல்கத்தா இல்லாத மேற்கு வங்கம் (இதில் அந்தமான், நிகோபாரும் உண்டு) ஒரு வட்டம். பிற பெரிய மாநிலங்கள் எல்லாம் ஒரு வட்டம். பெரிய மாநிலமான உத்தரப் பிரதேசம் மட்டும் இரண்டு வட்டம். வடகிழக்கு மாநிலங்கள் பலவும் சேர்ந்து ஒரு வட்டம்.

ஒரு வட்டத்துக்கு இரண்டே இரண்டு செல்பேசி நிறுவனங்கள் தான் என்று முடிவானது. இந்த இடங்கள் ஏலம் மூலம் முடிவு செய்யப்பட்டது. ஏலத்தில் அதிகத் தொகையை அளிப்பதாகச் சொன்ன இரு நிறுவனங்கள் ஒவ்வொரு வட்டத்தையும் வென்றன. இவை பத்தாண்டுகளுக்கு இந்த ஏலத்தில் குறிப்பிட்ட தொகையைக் கட்டவேண்டும். ஆகஸ்ட் 1995-ல் கோலாகலத்துடன் சேவை வழங்கப்பட ஆரம்பித்தது.

சென்னையில் இரண்டு நிறுவனங்கள் சேவை அளிக்க ஆரம்பித்தன. ஆர்.பி.ஜி, ஸ்கைசெல். தில்லியில் ஏர்டெல், எஸ்ஸார். சென்னை நீங்கலான தமிழகத்தின் பிற பகுதிகளில் ஏர்செல், பி.பி.எல் ஆகிய இரு நிறுவனங்கள் சேவையை வழங்கின.

இந்த நிறுவனங்கள்மீது கடுமையான கட்டுப்பாடுகள் இருந்தன. ஒரு நிறுவனம் அடுத்தடுத்த இரு வட்டங்களில் சேவையைத் தரமுடியாது. அதாவது நீங்கள் சென்னையில் சேவை அளித்தால், தமிழ்நாட்டில், ஆந்திரத்தில் இருக்கமுடியாது. தமிழ்நாட்டில் சேவை அளித்தால், சென்னை, கேரளம், கர்நாடகம் ஆகிய மாநிலங்களுக்குச் சேவை அளிக்க முடியாது. உங்களுக்கு தொழில்நுட்ப அறிவு இருக்கவேண்டும். ஆனால் அந்நிய நிறுவனங்களுடன் பெரிய அளவில் கூட்டு சேரமுடியாது. அந்நிய நிறுவனம் உங்கள் நிறுவனத்தில் 24%-க்கு மேல் பங்குகளை வைத்திருக்கமுடியாது.

அடுத்த ஐந்தாண்டுகள், செல்பேசி நிறுவனங்கள் கடுமையான சிக்கல்களைச் சந்தித்தன. இந்தியாவில் பெரும் வளர்ச்சி ஏற்பட்டு வந்தது. ஆனால் செல்பேசி நிறுவனங்களுக்கு இந்த வளர்ச்சியால் எந்தவித ஆதாயமும் இல்லை. இதைவிட முக்கியமாக, பொது மக்களுக்கு எந்த ஆதாயமும் இல்லை.

கம்பித் தொலைபேசி வழியாக ஒரு லோக்கல் கால் (3 நிமிடம்) செய்ய அப்போது ஒரு ரூபாய்தான் ஆனது. ஆனால் மொபைல் போனில் ஒரு நிமிடத்துக்கு அதிகபட்சமாக கிட்டத்தட்ட 40 ரூபாய் ஆகிவிடும். உங்களுக்கு அழைப்பு வந்தாலும் நீங்கள் காசு கட்டவேண்டியிருக்கும். ஏர்டைம் என்று ஒரு பூதாகரமான பயமுறுத்தல் இருந்தது. ஆனாலும் தேவை உள்ளவர்கள் அல்லது பெரும் பணக்காரர்கள் மட்டும் மொபைல் போன் வைத்திருந் தனர். அவர்களும் அதிகம் பேசமாட்டார்கள். யார் அழைக் கிறார்கள் என்று பார்த்துவிட்டு கம்பித் தொலைபேசி வழியாக மீண்டும் கூப்பிடுவார்கள்!

நரசிம்ம ராவ் - மன்மோகன் சிங் கூட்டணி, மே 1996 வரை பதவியில் இருந்தது. அடுத்த சில மாதங்கள் குழப்பமான சூழ்நிலை. பாரதிய ஜனதா கட்சியின் அடல் பிகாரி வாஜ்பாய் வெறும் 13 நாள்கள் பிரதமராக இருந்தார். அடுத்த 22 மாதங்கள் தேவே கௌடாவும் இந்தர் குமார் குஜ்ராலும் ஆட்சி நடத்தினர்.

பின் மீண்டும் வாஜ்பாய் ஆட்சிக்கு வந்தார். அடுத்த ஆறு ஆண்டுகள் பல்வேறு கூட்டணிக் கட்சிகளின் துணையுடன், மார்ச் 1998 முதல் மே 2004 வரை, ஆட்சி புரிந்தார். இந்தக் கட்டத்தில் தான் தொலைதொடர்புத் துறையில் பல மிக முக்கியமான முடிவுகள் எடுக்கப்பட்டன.

முதலாவதாக 1999-ல் புதிய தேசிய தொலைதொடர்புக் கொள்கை அறிவிக்கப்பட்டது. அதன்படி, செல்பேசி நிறுவனங்கள் மீதான சுமை வெகுவாகக் குறைக்கப்பட்டது. குறிப்பிட்ட உரிமக் கட்டணம் என்பது வருமானத்தில் ஒரு பங்கு என்று மாற்றப் பட்டது.

இதன் விளைவாக, செல்பேசிக் கட்டணம் குறைய ஆரம்பித்தது. முதல்முறையாக தில்லியில் ஒரு செல்பேசி நிறுவனம் (ஏர்டெல்), நஷ்டம் அடையாத நிலையை அடைந்தது.

செல்பேசிக் கட்டணம் குறைய ஆரம்பித்ததால் பலர் செல் பேசிகளை வாங்க ஆரம்பித்தனர். இந்த விரிவாக்கத்தை வேகப்படுத்த அரசு மேலும் சில முயற்சிகளை செல்பேசித் துறையில் மட்டுமின்றி பொதுவாகவே தொலைதொடர்புத் துறையிலும் மேற்கொள்ள ஆரம்பித்தது.

முதலில், அரசின் ஒரு துறையாக இருந்த தொலை தொடர்புத் துறைதான் நேரடியாக தொலைபேசிச் சேவையை அளித்தது. தில்லி, மும்பை நகரங்களில் மட்டும் எம்.டி.என்.எல் என்ற அரசு நிறுவனம் இந்த வேலையைச் செய்தது. இப்போது, நாட்டின் பிற பகுதிகள் அனைத்துக்கும் தொலைபேசிச் சேவையை அளிக்கும் வேலை, பி.எஸ்.என்.எல் என்ற பொதுத்துறை கம்பெனிக்கு மாற்றப்பட்டது. இனி தொலை தொடர்புத் துறை கொள்கைகள் உருவாக்குவது, அரசு மற்றும் தனியார் நிறுவனங்களைக் கட்டுப்படுத்துவது ஆகியவற்றை மட்டும் செய்யலாம்.

பி.எஸ்.என்.எல் நிறுவனத்தை உருவாக்க அதன் ஊழியர்களிடமிருந்து பலத்த எதிர்ப்பு இருந்தது. ஆனால் இதனை மீறி அரசு அந்த உருப்படியான செயலைச் செய்தது. கூடவே பி.எஸ்.என்.எல்லுக்குச் சலுகையாக, அனைத்து செல்பேசி வட்டங்களிலும் மூன்றாவது நிறுவனமாக அவர்கள் செல்பேசிச் சேவையை அளிக்கலாம் என்று அனுமதி அளிக்கப்பட்டது.

அடுத்து, சர்வதேச நாடுகளுக்கான தொலைபேசி இணைப்பு, செயற்கைக்கோள் வழிச் சேவைகள், இணையச் சேவை ஆகியவற்றை வழங்கிவந்த வி.எஸ்.என்.எல் என்ற அரசு நிறுவனத்தை தனியாருக்கு விற்பது என்று முடிவு செய்யப்பட்டது. இதற்கும் ஊழியர்களிடமிருந்து எதிர்ப்பு இருந்தது. இந்த எதிர்ப்புகளை மீறி, வி.எஸ்.என்.எல் நிறுவனம் டாடா நிறுவனத்துக்கு விற்கப்பட்டது.

இதற்குள்ளாக, நாட்டில் கம்பிவழித் தொலைபேசி சேவையை தனியாரும் அளிக்கலாம் என்று முடிவெடுக்கப்பட்டது. அதே நேரம், நாட்டில் யார் வேண்டுமானாலும் இணையச் சேவையை வழங்கலாம் என்று அனுமதி தரப்பட்டது. இதற்கான உரிமக் கட்டணமும் மிக மிகக் குறைவாக வைக்கப்பட்டது. இதன் காரணமாக நாட்டில் ஏகப்பட்ட இணைய நிறுவனங்கள் வளர்ந்தன.

கம்பி வழித்தொலைபேசிச் செவைக்கான அனுமதியைப் பெற்றிருந்த ரிலையன்ஸ் நிறுவனம் வயர்லெஸ் இன் தி லோகல் லூப் (WiLL) என்ற தொழில்நுட்ப முறையைப் பயன்படுத்தப் போவதாகச் சொன்னது. ஆனால் உண்மையில் அது செயல்படுத்த முற்பட்டது சி.டி.எம்.ஏ என்ற முறையிலான செல்பேசிச் சேவையை. இதைத் தொடர்ந்து ஏற்பட்ட

சர்ச்சையில் அரசுக்கும் ரிலையன்ஸுக்கும் உடன்பாடு ஏற்பட்டு, யூனிவர்சல் ஆக்சஸ் சர்வீஸ் லைசென்ஸ் என்பதை அரசு கொண்டுவந்தது. அதன்படி, கம்பிவழித் தொலைபேசிச் சேவை, கம்பியில்லா செல்பேசிச் சேவை (அதுவும் ஜி.எஸ்.எம், சி.டி.எம்.ஏ என்ற எந்தத் தொழில்நுட்பமாக இருந்தாலும் சரி), என எதைவேண்டுமானாலும் தரலாம்.

ஏற்கெனவே செல்பேசிச் சேவையை வழங்கிவந்த நிறுவனங்கள் இதனைக் கடுமையாக எதிர்த்தன. ஆனால், ரிலையன்ஸும் டாடா டெலிகாமும் இந்த உரிமத்தைப் பெற்றுக்கொண்டன. பின்னர் ஏர்டெல் நிறுவனமும் இந்த உரிமத்தைப் பெற்றது. நாடு முழுமைக்குமாக இந்த உரிமத்தைப் பெற 2003-ல் சுமார் 1,500 கோடி ரூபாய்தான் செலவானது.

அந்தக் கட்டத்திலிருந்தே இந்தியாவில் செல்பேசிகளின் வளர்ச்சி படுவேகமாக இருந்தது. பி.எஸ்.என்.எல்/எம்.டி.என்.எல் என்ற அரசு நிறுவனம் ஒரு பக்கம், ஏர்டெல், ரிலையன்ஸ், டாடா என்ற நாடு தழுவிய தனியார் நிறுவனங்கள் மற்றொரு பக்கம். இவை நான்கும் கம்பிவழித் தொலைபேசிச் சேவை, கம்பியில்லா செல்பேசிச் சேவை, எஸ்.டி.டி சேவை, சர்வதேச நாடுகளை அழைக்கும் சேவை, இணையச் சேவை ஆகியவற்றை வழங்கின. இவர்கள் தவிர, சில வட்டங்களில் மட்டும் செல்பேசிச் சேவை வழங்கும் நிறுவனங்களும் இருந்தன.

ஒரு வட்டத்தில் செல்பேசிச் சேவையைத் தரும் எந்த நிறுவனமும் அடுத்துள்ள வட்டங்களில் அதே சேவையைத் தரக்கூடாது என்ற கட்டுப்பாடு விலக்கிக்கொள்ளப்பட்டது. செல்பேசித் துறையில் மெர்ஜர்ஸ் அண்ட் அக்விசஷன்ஸ் என்ற, இரண்டு அல்லது மேற்பட்ட நிறுவனங்களை இணைத்து புதிய நிறுவனத்தை உருவாக்கும் முறை அனுமதிக்கப்பட்டது. அந்நிய முதலீடு, 24% என்பதிலிருந்து 49% வரை செல்லலாம் என்று அனுமதிக்கப்பட்டது.

இதனால் தில்லியில் மட்டும் இருந்த ஏர்டெல், கல்கத்தா, சென்னை, ஆந்திரம், கர்நாடகம் ஆகிய மாநிலங்களில் இருந்த பிற செல்பேசி நிறுவனங்களை விலைக்கு வாங்கியது. 2001-ல் நான்காவது லைசென்ஸ் கிடைத்தபோது மேலும் பல புதிய வட்டங்களில் ஏலத்தை வென்றது. பின்னர் 2003-ல் யூனிவர்சல்

ஆக்சஸ் சர்வீஸ் லைசென்ஸ் கிடைத்தபோது அதையும் பெற்று நாடு முழுவதிலும் கம்பியில்லாச் சேவை, கம்பி வழிச் சேவை, இணையச் சேவை, எஸ்.டி.டி சேவை, சர்வதேசத் தொலை பேசிச் சேவை, வி-சாட் சேவை என்று வளர்ந்தது.

ஏர்டெல் நிறுவனத்தில், சிங்கப்பூரின் சிங்டெல் கணிசமான அளவுக்கு பங்குகளை வாங்கியது. ஏர்டெல் இந்தியப் பங்குச் சந்தைகளில் பட்டியல் இடப்பட்டது. இன்று இந்தியாவின் நம்பர் ஒன் மொபைல் போன் நிறுவனமாக இருப்பதுடன், இலங்கை, பங்களாதேசம், ஆப்பிரிக்காவின் பல நாடுகள் ஆகியவற்றில் மொபைல் சேவையை அளிக்கும் நிறுவனமாகவும் உள்ளது.

மும்பையில் ஆரஞ்ச் என்ற பெயரில் ஆரம்பித்த ஹச்சிசன் நிறுவனம், பின்னர் தில்லியின் எஸ்ஸார் நிறுவனத்துடன் இணைந்தது. அடுத்து, 2001-ல் ஏலத்தில் மேலும் பல வட்டங்களில் செல்பேசிச் சேவை அளிக்கும் அனுமதி பெற்றது. பி.பி.எல் டெலிகம்யூனிகேஷன்ஸ் என்ற நிறுவனத்தின் சில வட்டங்களை விலைக்கு வாங்கியது. ஹட்ச் என்ற பெயரில் இயங்கிவந்த இந்த நிறுவனத்தின் பெரும்பான்மைப் பங்குகள், ஹாங் காங்கைச் சேர்ந்த ஹச்சிசன் வாம்போவா என்ற நிறுவனத்திடமும் மீதம் உள்ள பங்குகள் இந்தியாவின் எஸ்ஸார் நிறுவனத்திடமும் இருந்தன. பின்னர் ஹச்சிசன் தன் பங்குகளை உலகின் முன்னணி செல்பேசி நிறுவனமான வோடஃபோனிடம் விற்றது. இன்று இந்த நிறுவனம் வோடஃபோன் என்ற பிராண்ட் பெயரிலேயே இயங்கிவருகிறது. இதில் எஸ்ஸார் இன்னமும் பங்குதாரராக உள்ளது. இந்த நிறுவனம் இந்தியா முழுமையிலும் மொபைல் சேவையை மட்டும் வழங்கிவருகிறது. இதன் தாய் நிறுவனமான வோடஃபோன் உலகின் பல நாடுகளில் இயங்கி வருகிறது. வோடஃபோன் இந்தியா பங்குச்சந்தையில் பட்டியல் இடப்படவில்லை.

ரிலையன்ஸ் கம்யூனிகேஷன்ஸ், முழுக்க முழுக்க இந்திய நிறுவனம். திருபாய் அம்பானியின் குழும நிறுவனமாக இருந்த இது, அவரது மறைவுக்குப் பிறகான பாகப் பிரிவினையில் இளைய மகன் அனில் அம்பானியின் கையில் உள்ளது. நாடு முழுவதும் சி.டி.எம்.ஏ, ஜி.எஸ்.எம் முறையிலான செல்பேசிச் சேவையையும், கம்பி வழித் தொலைபேசி, எஸ்.டி.டி, சர்வதேசத்தொலைபேசி வசதி, இணையம் என்று ஏர்டெல்

போன்றே இயங்கிவருகிறது. இந்தியாவுக்கு வெளியில் வேறு எந்த நாட்டிலும் இல்லை. ரிலையன்ஸ் கம்யூனிகேஷன்ஸ் இந்தியப் பங்குச்சந்தைகளில் பட்டியல் இடப்பட்டுள்ளது.

ஐடியா என்ற கம்பெனி பல மாற்றங்களுக்குப் பிறகு உருவானது. டாடா, (ஆதித்ய) பிர்லா (குழுமம்), ஏடி-அண்ட்-டி ஆகிய நிறுவனங்கள் ஆளுக்கு ஒரு வட்டத்தில் இருந்தன. அவை இணைந்து படாடா என்ற பெயரில் சில காலம் இயங்கி, பின்னர் ஐடியா என்று பெயர் மாற்றம் பெற்றது. ஏடி-அண்ட்-டி வெளியேறியதும் அதன் பங்குகளை டாடாவும் பிர்லாவும் வாங்கிக் கொண்டனர். 2003-ல் டாடா நிறுவனம் தனியாக தனக்கென யூனிவர்சல் ஆக்சஸ் சர்வீஸ் லைசென்ஸைப் பெற்றதும், ஐடியாவில் இருந்த தன் பங்குகளை விற்றது.

ஏனெனில் ஒரு குழுமம் ஒரேயொரு தொலைபேசிச் சேவை நிறுவனத்தில்தான் பங்குகளை வைத்திருக்கலாம் என்று கட்டுப்பாடு இருந்தது. இதனால் டாடா, ஐடியாவில் இருந்த தன் பங்குகளை பிர்லாவிடம் விற்க, ஐடியா முழுக்க முழுக்க ஆதித்ய பிர்லா குழுமத்தின் கட்டுப்பாட்டில் வந்தது. பின்னர் ஸ்பைஸ் கம்யூனிகேஷன்ஸ் நிறுவனத்தில் இரு வட்டங்களை வாங்கியதோடு, வேறு சில வட்டங்களிலும் புகுந்துள்ள ஐடியா, பங்குச் சந்தையில் பட்டியல் இடப்பட்டுள்ளது. 3ஜி சேவைக்கான உரிமத்தை சில வட்டங்களில் வாங்கியுள்ளது.

இந்தியா முழுவதும் டாடா குழுமம் செல்பேசிச் சேவையை சி.டி.எம்.ஏ முறையில் வழங்கிவந்தது. இதில் ஜப்பானின் என்.டி.டி டோகோமோ நிறுவனம் 26% பங்குகளை வாங்கி உள்ளது. இப்போது இந்த நிறுவனம், சி.டி.எம்.ஏ, ஜி.எஸ்.எம் மொபைல் சேவைகளை வழங்குகிறது. டாடா டோகோமோ, பங்குச்சந்தையில் பட்டியல் இடப்படவில்லை.

இவை தவிர, அரசின் எம்.டி.என்.எல், பி.எஸ்.என்.எல் இந்தியா முழுமையிலும் சேவையை வழங்குகின்றன.

மற்றொரு முக்கிய நிறுவனம், தமிழ்நாட்டின் ஏர்செல். முதலில் சென்னை தவிர்த்த தமிழ்நாட்டில் ஆரம்பித்த இந்த நிறுவனம், பின்னர் சென்னையின் ஆர்.பி.ஜியை விலைக்கு வாங்கியது. மலேசியாவின் மேக்சிஸ் நிறுவனம் ஏர்செல்லின் இந்திய புரமோட்டர் சிவசங்கரனின் பங்குகளை வாங்கியது. ஏர்செல்

அனில் அம்பானி

இப்போது இந்தியாவின் சில வட்டங்களில் மட்டுமே செல்பேசிச் சேவையைத் தருகிறது. ஷ்யாம் என்ற நிறுவனம் ராஜஸ்தானில் செல்பேசி சேவையை அளித்துவந்தது. இதில் ரஷ்ய செல்பேசிச் சேவை நிறுவனமான சிஸ்டெமா முதலீடு செய்துள்ளது. பின்னர் ரஷ்ய அரசே நேரடியாக இந்தக் கூட்டு நிறுவனத்தில் முதலீடு செய்துள்ளது. இந்த நிறுவனம் இந்தியாவின் சில வட்டங்களில் மட்டுமே செல்பேசிச் சேவையை அளித்துவருகிறது. ஆனால் இந்தியா முழுமைக்கும் பரவ ஆர்வம் தெரிவித்துள்ளது.

2008-ல் புதிதாக லைசென்ஸ் பெற்ற நிறுவனங்கள் பின்னர் வருகின்றன. அவை பற்றிப் பிறகு காணப்போகிறோம்.

2001-ல் 50 லட்சம் செல்பேசி இணைப்புகள் மட்டும் இருக்க, இப்போது டிசம்பர் 2010-ல் கிட்டத்தட்ட 70 கோடியைத் தாண்டிவிட்டன செல்பேசி இணைப்புகள். இந்த அபாரமான வளர்ச்சிக்கு 1999 முதல் 2004 வரை மத்திய அரசு கொண்டுவந்த மாற்றங்கள் வித்திட்டன.

பெரும்பாலான வட்டங்களில் 6 செல்பேசி நிறுவனங்கள் இருந்தன. இதனால் செல்பேசிக் கட்டணம் கடுமையாகக் குறைந்தது. கம்பிவழித் தொலைபேசிக் கட்டணத்தைவிடக் குறைவாக ஆனது. இன்கமிங் கால் என்பதற்கான கட்டணம் முற்றிலுமாக விலக்கிக்கொள்ளப்பட்டது. ரோமிங் கால் கட்டணம் வெகுவாகக் குறைந்து, இப்போது கிட்டத்தட்ட வழக்கொழிந்தே போயுள்ளது. நாடு முழுவதும் பேச ஒரே கட்டணம்.

மக்களுக்கு மகிழ்ச்சி. செல்பேசி நிறுவனங்கள் நல்ல லாபம் பார்க்கின்றன. அவ்வளவுதானே? எல்லாம் சுபம்தானே? என்றால்... இல்லை. கடுமையான சர்ச்சை ஒன்று எழுந்தது.

5. ஸ்பெக்ட்ரம் ஊழல்?

போஃபர்ஸ் பீரங்கி ஊழல்தான் ராஜிவ் காந்தியைப் பதவி இறக்கம் செய்தது. மிஸ்டர் கிளீன் என்று பெயர் பெற்றிருந்தார் அவர். இந்திரா காந்தியின் கொலையை அடுத்து நடந்த தேர்தலில் பெரும்பான்மையைப் பெற்றிருந்தார் ராஜிவ். அடுத்தடுத்து பஞ்சாபில், அஸ்ஸாமில், இலங்கையில் அமைதி ஒப்பந்தங்களை நிறைவேற்றி இருந்தார். நாட்டின் பொருளாதாரக் கொள் கையில் பெரும் மாற்றங்களைக் கொண்டுவர முனைந்தார். நாம் ஏற்கெனவே பார்த்தது போல, சாம் பிட்ரோடாவின் உதவியுடன் இந்தியாவின் எண்ணற்ற கிராமங்களுக்கு பொதுத் தொலைபேசியைக் கொண்டு சென்றிருந்தார்.

ஆனாலும் போஃபர்ஸ் ஊழல் அவரைக் கவிழ்த்தது. அப்போது ஊழலில் குறிப்பிடப் பட்ட பணம் 64 கோடி ரூபாய்.

ராஜிவ் காந்தி தேர்தலில் தோற்றிருந்தாலும், அந்த ஊழல் புகாரைத் தட்டிவிட்டு அடுத்த தேர்தலில் மீண்டும் ஜெயித்திருக்கக்கூடும்.

ஆனால் அது நடக்காமல், *1991* தேர்தல் பிரசாரத்தின்போது தற்கொலை குண்டுவெடிப்பில் கொல்லப்பட்டார்.

அதன்பின் நாட்டில் ஏகப்பட்ட ஊழல்கள் நடந்துள்ளன. முக்கியமாகச் சொல்லப்படும் ஓர் ஊழல் நடந்தது தொலை தொடர்புத் துறையில்தான். சுக்ராம் என்ற காங்கிரஸ் அமைச்சர் தான் நரசிம்ம ராவ் அமைச்சரவையில் தொலைதொடர்புத் துறை அமைச்சராக இருந்தார். *1996*-ல், தில்லியிலும் இமாசலப் பிரதேசத்திலும் இருந்த அவரது வீடுகளில் சோதனையிட்ட சி.பி.ஐ, பெட்டி பெட்டியாகப் பணத்தைக் கைப்பற்றியது. சிக்கிய பணம் எவ்வளவு தெரியுமா? வெறும் *3.6* கோடி ரூபாய்தான்!

அடுத்து பாரதிய ஜனதா கட்சி சார்பாக தொலைதொடர்புத் துறையில் அமைச்சர்களாக இருந்தவர்கள் ஜக்மோகன், பிரமோத் மகாஜன், அருண் ஷோரி. இடையில் பிரதமர் வாஜ்பாயே தொலை தொடர்புத் துறையைத் தன்னகத்தே வைத்திருந்தார். இந்தக் கட்டத்தில் நடந்த மாபெரும் மாற்றங்களைச் சென்ற அத்தியாயத்தில் பார்த்தோம். இங்கு சர்ச்சைகளை மட்டும் பார்ப்போம்.

ஜக்மோகன்

ஜக்மோகன் இந்திரா காந்தியின் எமர்ஜென்சி ஆட்சிக் காலத்தில் தில்லி மாநகர வளர்ச்சி முனையத்தின் துணைத் தலைவராக இருந்தார். அப்போது நகரின் பல குடிசைப் பகுதிகளைத் தரை மட்டமாக இடித்தவர் என்று கெட்ட பெயர் பெற்றிருந்தார். அதே நேரம், மிகவும் நேர்மையான அதிகாரி, மிகவும் செயல் திறன் மிக்கவர் என்றும் பெயர் பெற்றிருந்தார். *1982*-ல் தில்லியில் நடந்த ஏசியன் கேம்ஸ் விளையாட்டுப் போட்டிகளை மிகத் திறமையாக நடத்தியவர் என்ற பெயர் பெற்றவர். ஜக்மோகன் *1989*-ல் ஜம்மு காஷ்மீரின் ஆளுநராகச் சென்றார். அப்போது அங்கு தீவிர வாதத்தை ஓரளவு ஒடுக்கியவர் என்றும் அவருக்குப் பெயர்

இருந்தது. பின்னர் அவர் பாரதிய ஜனதா கட்சியில் சேர்ந்து, 1998-ம் ஆண்டில் தொலைதொடர்பு அமைச்சர் ஆனார்.

அந்த நேரத்தில்தான் செல்பேசி நிறுவனங்கள் கடுமையான துயரத்தில் இருந்தன. ஏலத்தில் நிறையப் பணம் கட்டுவதாகச் சொல்லி, வட்டங்களைப் பெற்றவர்களால், நஷ்டத்தை மட்டுமே சந்திக்க வேண்டியிருந்தது. வாடிக்கையாளர் எண்ணிக்கை அதிக மாகவில்லை. எனவே ஆண்டுக்கு ஆண்டு கட்டவேண்டிய உரிமத் தொகையைப் பல நிறுவனங்களால் கட்டமுடியவில்லை.

கண்டிப்புக்குப் பெயர்போன ஜக்மோகன் அந்த நிறுவனங்கள்மீது நடவடிக்கை எடுக்க ஆரம்பித்தார். 'யாரைக் கேட்டு ஏலத்தில் அத்தனை தொகை கொடுப்பதாகச் சொன்னீர்கள்? இப்போது பணத்தை எடுத்து வைத்துவிட்டு, சேவையைத் தொடருங்கள்' என்றார். நல்லவேளையாக பிரதமர் வாஜ்பாய், இதில் உள்ள சிக்கலைப் புரிந்துகொண்டார்.

எந்த இடத்தில் முரட்டுத்தனம் காட்டவேண்டும், எங்கு பிரச்னை களைப் புரிந்துகொண்டு செயல்படவேண்டும் என்பது முக்கிய மானது. ஜக்மோகனை நகர வளர்ச்சி அமைச்சராக அனுப்பி விட்டு, வேறு யாரையும் தொலைதொடர்புத் துறைக்குப் போடாமல் ஜூன் 1999 முதல் தானே அந்தத் துறையைக் கையில் வைத்துக்கொண்டார். அதன் விளைவாகத்தான் புதிய தொலை தொடர்புக் கொள்கை 1999-ல் வெளியிடப்பட்டது. ஏலத்தொகை நீக்கப்பட்டு, அதற்கு மாறாக, வருமானத்தில் ஒரு குறிப்பிட்ட பங்கை நிறுவனங்கள் அரசுக்குத் தந்தால் போதும் என்று முடிவெடுக்கப்பட்டது. எதிர்க்கட்சிகள் முதற்கொண்டு பலரும் வாஜ்பாயியைக் குற்றம் சாட்டினார்கள். அரசுக்கு வரவேண்டிய தொகை ஒரேயடியாகப் போய்விட்டது; அரசுக்கு நஷ்டம் என்றார்கள்.

உண்மையில் என்ன நடந்தது? இந்தியாவில் செல்பேசிச் சேவை கடும் வேகத்தில் வளர்ந்து இன்று இந்தியா உலகின் இரண்டாவது பெரிய செல்பேசிச் சந்தையாக உள்ளது. அத்துடன் இந்திய அரசு வருமானப் பங்கின் மூலம் கணிசமான தொகையையும் பெற் றுள்ளது.

மற்றொரு மந்திரிசபை மாற்றத்தில், ஆகஸ்ட் 2001-ல் பிரமோத் மகாஜனுக்கு பிரதமரிடம் இருந்த தொலைதொடர்புத் துறை

தரப்பட்டது. அப்போதிலிருந்து ஜனவரி 2003 வரை பிரமோத் மகாஜன்தான் அமைச்சராக இருந்தார். அந்தக் காலத்தில் தான் ரிலையன்ஸ் நிறுவனம் தொடர்பான குற்றச்சாட்டு வெளியானது.

பிரமோத் மகாஜன்

இந்தக் குற்றச்சாட்டை சற்று விரிவாகவே பார்க்க வேண்டும்.

ரிலையன்ஸ் நிறுவனம் திருபாய் அம்பானியால் தொடங்கப்பட்டது. எங்கோ அரபு நாடு ஒன்றில் பெட்ரோல் ஊற்றுபவராக வாழ்கையைத் தொடங்கிய அவர், அடுத்த சில ஆண்டுகளில் இந்தியாவில் பல்வேறு சிறு தொழில்களை ஆரம்பித்து, படிப்படியாக வளர்ந்து மாபெரும் தொழிலதிபராக மாறினார். 1980-களிலும் 1990-களிலும் அரசியல்வாதிகளுடன் நட்பாக இருந்து, அவர்களிடமிருந்து தகவல்களை முன் கூட்டியே பெற்று, தன் பிசினஸ் சாம்ராஜ்ஜியத்தில் நிறையச் சம்பாதித்தார் என்று சொல்லப்படுவதுண்டு.

அதே நேரம், பங்குச் சந்தையைச் சரியாகப் புரிந்துகொண்டது, புதிய புதிய துறைகளில் பெரும் தொலைநோக்குடன் கால் பதிப்பது ஆகிய காரணங்களையும் ஒருவர் சுட்டவேண்டும். பெட்ரோகெமிகல் சுத்திகரிப்பில்தான் அவர்களது தொழில் அமைப்பு பெரும் வெற்றி கண்டது.

ஆனால் இந்தியாவின் செல்பேசித் துறையை அவர்கள் சரியாகப் புரிந்துகொள்ளவே இல்லை. முதலிலிருந்தே செல்பேசி ஏலத்தில் அவர்கள் பங்கெடுத்திருந்தனர். ஆனால் மிகக் குறைவான தொகையை மட்டுமே அவர்கள் ஏலத்தில் குறிப்பிட்ட காரணத்தால் கனமான எந்த வட்டமும் அவர்களிடம் சிக்கவில்லை. கல்கத்தா இல்லாத மேற்கு வங்கம், வடகிழக்கு மாநிலங்கள், மத்தியப் பிரதேசம் போன்ற மிகவும் பின்தங்கிய இடங்களே அவர்களுக்குக் கிடைத்திருந்தன. ஆனால் 1999 தொலை தொடர்புக் கொள்கைக்குப் பிறகு இந்தியாவின்

செல்பேசித் துறை எப்படி விரிவடையப்போகிறது என்பது அவர்களுக்குத் தெள்ளத் தெளிவாகத் தெரிந்துவிட்டது. ஆனால் வாய்ப்புகள் அனைத்தையும் நழுவ விட்டிருந்தார்கள். அப்படித்தான் பிறருக்குத் தோன்றியது.

செல்பேசிச் சேவைகளுக்கான உரிமம்தான் கிடைக்கவில்லை. ஆனால் நாடு தழுவிய கம்பி வழிச் சேவைக்கான உரிமம் அப்போது கிடைத்தது. அதனை வாங்கிக்கொண்டது ரிலையன்ஸ்.

ஆனால் அப்போதே பல தொழில்நுட்ப வல்லுனர்கள், லிமிடெட் மொபிலிடி என்ற கோட்பாட்டை ஏற்றுக்கொள்ளும்படி அரசை வலியுறுத்திவந்தனர். வீடு வீடாகக் கம்பியை இழுப்பது நேரம் எடுக்கும்; செலவும் அதிகமாகும் என்று நாம் ஏற்கெனவே பார்த்துள்ளோம். அப்போது அரசின் நிறுவனங்களே ஒரு சோதனை முயற்சியில் ஈடுபட்டிருந்தன. WiLL என்ற முறையில் இயங்குவதுதான் இது. அதாவது ஒரு தெருவுக்கு ஓரிடம் வரைக்கும் கம்பி இழுக்கப்படும். அந்தக் கம்பி அருகில் உள்ள விளக்குக் கம்பத்தில் போய் முடியும். இது முடியும் இடத்தில் ஒரு வயர்லெஸ் டிரான்ஸ்மிட்டர்/ரிசீவர் இருக்கும். அதன்மூலம் அந்தத் தெருவில் உள்ள அனைத்து வீடுகளுக்கும் வயர்லெஸ் ஹாண்ட்ஸெட் மூலம் தொலைபேசிச் சேவையை அளிக்கலாம்.

இது மொபைல் போன் சேவை அல்ல. எப்படி வீடுவரை கம்பி வந்து, அதன்பின் கார்ட்லெஸ் போனைப் பயன்படுத்து கிறோமோ, அதற்கு வெகு அருகிலானது. வீடுவரை கம்பிக்கு பதில் தெருவரை கம்பி. வீட்டுக்குள் கார்ட்லெஸ் போல, தெரு முழுவதும் கார்ட்லெஸ். ஆனால் அதற்குமேல் அடுத்த தெருவுக்குப் போனால் போன் வேலை செய்யாது.

இப்போது திருபாய் அம்பானியின் மகன்கள் முகேஷ், அனில் இருவரும் சிரித்துக்கொண்டனர். ஒரு கை பார்த்துவிடலாம் என்று முடிவு செய்தனர். அவர்கள் மனத்தில் என்ன இருக்கிறது என்பதைத் தெரிந்துகொண்ட தொலைத்தொடர்பு கட்டுப்பாட்டு வாரியம் டிராய், அமைச்சகத்துக்கு ஒரு கடிதம் எழுதியது: 'அவசரம். கவனமாக இருங்கள். லிமிடெட் மொபிலிடியை வேறுவிதமாகப் பயன்படுத்த சில ஆட்கள் நினைக்கிறார்கள். அதனை நீங்கள் எக்காரணம் கொண்டும் அனுமதிக்கக்கூடாது.'

பிரமோத் மகாஜன் கவலைப்படவில்லை.

திருபாய் அம்பானி, ஒரு போஸ்ட் கார்ட் காசுக்கு (அப்போது 15 காசு) லோக்கல் கால் இருக்கவேண்டும் என்று ஆசைப் பட்டாராம். ஆனால் அது நிறைவேறுவதற்குள் அவர் இறந்து விட்டார். அதற்குப்பின்னரே ரிலையன்ஸ் நாடு முழுவதும் தன் சேவையை 2002-ல் அறிமுகப்படுத்தியது. அறிமுகப்படுத்தப் பட்ட சேவை முழுமையான சி.டி.எம்.ஏ முறையிலான செல்பேசிச் சேவை. ஆனால் அதற்கான உரிமம் அவர்களிடம் இல்லவே இல்லை! போட்டி கம்பெனிகள் வாயடைத்துப் போயின. அமைச்சர் பிரமோத் மகாஜனே இந்தச் சேவையை தொடங்கிவைத்தார்.

அந்த நேரத்தில் ஒவ்வொரு வட்டத்திலும் நான்கு கம்பெனிகள் அதிகப் பணம் கட்டி, செல்பேசிச் சேவையை அளித்துவந்தன. ஆனால் வெகு குறைவாகப் பணம் கொடுத்திருந்த ரிலையன்ஸ் இப்போது ஐந்தாவது நிறுவனமாக இந்தச் சேவையை அளித்தது.

உடனடியாக வழக்குகள் தொடுக்கப்பட்டன. அதில் ஒன்று பிரமோத் மகாஜன் மீதான ஊழல் வழக்கு. ரிலையன்ஸிடம் இருந்து பணம் பெற்றுக்கொண்டுதான் மகாஜன் இவ்வாறு செய்தார் என்று வழக்கறிஞர் பிரஷாந்த் பூஷன் உச்ச நீதி மன்றத்தில் வழக்கு தொடுத்தார். (இவரது பெயரை ஞாபகத்தில் வைத்துக்கொள்ளுங்கள். இவர் பின்னர், மீண்டும் ஒரு வழக்கு தொடுப்பார்.)

மகாஜன் மீதான வழக்குக்கு சில ஆதாரங்களையும் பிரஷாந்த் பூஷன் வழங்கினார். ரிலையன்ஸ் கம்யூனிகேஷன் நிறுவனம், துபாயைச் சேர்ந்த 10 நிறுவனங்களுக்கும், வேறு ஒரு நபருக்கும் தன் நிறுவனத்தில் பல பங்குகளை, பங்கு ஒன்று ரூ. 1 என்ற விலைக்கு விற்றது. இந்த துபாய் நிறுவனங்கள் யார் என்று தேடிப்போனால், அதில் ஆறு நிறுவனங்கள் ஒரே முகவரியில் இயங்குவதாகத் தகவல் கிடைத்தது. மீதி நான்கு பற்றி எந்தத் தகவலும் இல்லை. இந்த நிறுவனங்களை இயக்குபவர், பிரமோத் மகாஜனின் ஆடிட்டர் என்ற தகவலும் கிடைத்தது. அந்த மற்றொரு நபரும் பிரமோத் மகாஜனின் நண்பர்.

ரிலையன்ஸ் கம்யூனிகேஷன் நிறுவனம் அடுத்த சில நாள் களிலேயே பங்கு ஒன்றை ரூ. 55 என்ற விலையில் ரிலையன்ஸ் இண்டஸ்டிரீஸ் நிறுவனத்துக்கு விற்றது.

எனவே, இந்த வகையில் குறைந்தபட்சம் சில நூறு கோடிகளாவது பிரமோத் மகாஜன் கைக்குப் போயிருக்கவேண்டும் என்று குற்றம் சாட்டப்பட்டது. அதற்குப் பிரதி உபகாரமாகத்தான் மகாஜன், ரிலையன்ஸ் செய்த அட்டூழியங்களைக் கண்டுகொள்ளவில்லை என்று சொல்லப்பட்டது.

பிரமோத் மகாஜன் பதவியை ராஜினாமா செய்துவிட்டு கட்சிப் பணிகளுக்காகச் சென்றார். பின்னர் அவரது சகோதரராலேயே சுட்டுக் கொல்லப்பட்டார். மேற்படி ஊழல் வழக்கு என்ன ஆனது என்று தெளிவாகத் தெரியவில்லை. சாட்சியங்கள் போதாமையால் அப்படியே காணமல் போயிருக்கவேண்டும்.

பிரமோத் மகாஜனுக்குப் பிறகு தொலைத்தொடர்பு அமைச்சராக வந்த அருண் ஷோரி, இந்த விவகாரத்தைத் தீர்த்துவைக்க முயன்றார். அதற்கிடையில் ரிலையன்ஸ் கம்யூனிகேஷன்ஸ் நிறுவனத்தில் செல்பேசிச் சேவையை பல லட்சம் பேர் எடுத்துக்கொண்டிருந்தனர். இனி ரிலையன்ஸின் உரிமத்தை ரத்து செய்தால் அதனால் லட்சக்கணக்கான மக்கள் பாதிக்கப்படுவார்கள் என்பதால் புதிய உரிமம் - யூனிவர்சல் ஆக்சஸ் சர்வீஸ் லைசென்ஸ் அறிமுகப்படுத்தப்பட்டு, ரிலையன்ஸ் செய்த தவறுகள் மழுங்கடிக்கப்பட்டன. ரிலையன்ஸ் மீதான வழக்கு நீதிமன்றத்தில் தள்ளுபடி செய்யப்பட்டது.

இந்த விஷயத்தில் தீர்ப்பு என்னவாகும் என்பதற்காகக் காத்திருந்த டாடா நிறுவனம், உடனடியாக தானும் ஒரு யூனிவர்சல் ஆக்சஸ் சர்வீஸ் லைசென்ஸை வாங்கிக்கொண்டு ரிலையன்ஸ் போலவே சி.டி.எம்.ஏ தொழில்நுட்பத்தைப் பயன்படுத்தி நாடு முழுதும் செல்பேசிச் சேவையை வழங்க முடிவெடுத்தது.

★

பாரதிய ஜனதா கட்சி 2004 தேர்தலில் ஆட்சியை இழந்து, காங்கிரஸ் மீண்டும் ஆட்சிக்கு வந்தது. ஆனால் வளமான தொலைதொடர்புத் துறையைக் கேட்டுப் பெற்றது கூட்டணிக் கட்சியான திமுக. சமீபத்தில் ஆ.இராசா பதவியிலிருந்து விலகும்வரை, திமுக கையில்தான் இந்தப் பதவி இருந்தது. முதலில் அமைச்சர் ஆனவர் தயாநிதி மாறன். இவர் மே 2007 வரையில் இந்தப் பதவியில் இருந்தார்.

தயாநிதி மாறனின் அண்ணன் கலாநிதி மாறன், திமுகவின் நாடாளுமன்ற வெற்றியிலும் பின்னர் சட்டமன்ற வெற்றியிலும் மறைமுகமாகப் பெரும் பங்காற்றியவர். அவர்களது சன் டிவி குழுமத்தின் தொலைக்காட்சி நிலையங்களும் தினகரன் செய்தித்தாளும் திமுகவுக்கு வலுவான அரண்களாக இருந்தன. ஆனால் தினகரன் செய்தித்தாளில் வந்த ஒரு கருத்துக் கணிப்பு, கருணாநிதியின் மகன் அழகிரியின் ஆதரவாளர்களுக்குக் கடுமையான கோபத்தை ஏற்படுத்தியது. இதன் விளைவாக அவர்கள் மதுரையின் தினகரனின் அலுவலகத்தைத் தீயிட்டு எரித்தனர். அதில் மூன்று பேரின் உயிர் போனது.

ஆ. இராசா

தொடர்ந்த பிரச்னையில், திமுக, தயாநிதி மாறனைப் பதவி விலகச் சொன்னது. அந்த இடத்தில்தான் அப்போதுவரை சுற்றுச்சூழல் மற்றும் வனத்துறை அமைச்சராக இருந்த திமுகவின் ஆ. இராசா தொலை தொடர்புத் துறை அமைச்சர் ஆனார். பின்னர் காங்கிரஸ்-திமுக கூட்டணி மீண்டும் 2009-ல் ஆட்சிக்கு வந்தபோது, ஆ. இராசாவே பதவியில் தொடர்ந்தார். இறுதியாக, 15 நவம்பர் 2010 அன்று இராசா ஊழல் குற்றச்சாட்டு காரணமாகத் தன் பதவியிலிருந்து விலகினார்.

இராசா பதவியில் இருந்தபோது என்ன நடந்தது?

முதலில் ஒவ்வொரு வட்டத்திலும் அதிகபட்சமாக ஆறு செல்பேசிச் சேவை நிறுவனங்கள் இருந்தன. 1994-95 காலகட்டத்தில் ஒவ்வொரு வட்டத்துக்கும் உரிமம் பெற்ற இரு நிறுவனங்கள். அடுத்து மூன்றாவதாக பி.எஸ்.என்.எல் அல்லது எம்.டி.என்.எல் என்ற அரசு நிறுவனம். பின்னர் 2001-ல் ஏல முறை மூலம் நிர்ணயிக்கப்பட்ட நான்காவது (தனியார்) நிறுவனம். பின்னர் 2003-ல் வழங்கப்பட்ட யூனிவர்சல் ஆக்சஸ் சர்வீஸ் லைசென்ஸ் மூலமாக உள்ளே வந்த ரிலையன்ஸ், டாடா. ஆக மொத்தம் ஆறு.

இவர்களுக்கு ஆளுக்குக் கொஞ்சம் என்று 2ஜி ஸ்பெக்ட்ரம் பிரித்துக்கொடுக்கப்பட்டிருந்தது. ஏற்கெனவே ஸ்பெக்ட்ரம் வைத்திருந்தவர்கள் மேலும் கொஞ்சம் வேண்டும் என்று கேட்டனர். ஒரு குறிப்பிட்ட அலைப்பரவல் துண்டில், ஒரு குறிப் பிட்ட எண்ணிக்கையிலான வாடிக்கையாளர்களுக்கு மட்டும் தான் சேவையைத் தரமுடியும். அதே நேரம், மேலும் பல புதிய நிறுவனங்கள், தாங்களும் செல்பேசிச் சேவையை அளிப்பதில் ஈடுபட விரும்பின.

இதே நேரத்தில்தான் 3ஜி என்ற சேவையை அளிப்பது பற்றி ஆ.இராசாவின் அமைச்சகம் யோசித்துக்கொண்டிருந்தது.

2001-லேயே இந்த 3ஜி சேவை ஜப்பானில் அறிமுகம் ஆகியிருந்தது. அதை அடுத்த ஆண்டுகளில் ஐரோப்பாவின் பல நாடுகள், ஆஸ்திரேலியா போன்ற இடங்களில் 3ஜி பெருத்த வரவேற்பைப் பெற்றிருந்தது.

2ஜி என்பது 1ஜியிலிருந்து பெரிய முன்னேற்றம் என்று பார்த்தோம். ஒன்று அனலாக், மற்றது டிஜிட்டல். இப்போது 3ஜி என்பதும் டிஜிட்டல்தான். ஆனால் தகவல் பரிமாற்ற வேகம் அதிகம்.

1995-ல் இந்தியாவில் ஆரம்பித்த இணைய இணைப்புச் சேவை அடுத்த 15 ஆண்டுகளில் வேகமாக வளர்ந்திருந்தது. ஆனாலும் மொபைல் போன்களுடன் ஒப்பிட்டுப் பார்த்தால் இந்த வளர்ச்சி ஒன்றுமே இல்லை என்று சொல்லலாம். இதற்கான காரணங்களில் ஒன்று, பெரும்பாலான இந்திய வீடுகளில் கணினிகள் இல்லாமல் இருந்தது. அத்துடன், இணைய இணைப்பும் மிகவும் மெதுவாக இருந்தது. டயல் அப் என்ற முறையில் மட்டுமே இணைய இணைப்பு கிடைத்துவந்தது. அதன்பிறகு பி.எஸ்.என்.எல், ஐ.எஸ்.டி.என் என்ற முறையை அறிமுகப்படுத்தியது. ஆனால் இன்றைய தரத்தில் அதுவும் ஸ்லோதான். அடுத்து டி.எஸ்.எல்/ ஏ.டி.எஸ்.எல் என்ற தொழில்நுட்பம் வந்தது. இதற்குப் பிறகுதான் அதிவேக இணைய இணைப்பு என்பதை மக்கள் உணரத் தொடங்கினர். ஆனால் இது வேலை செய்ய கம்பித் தொலைபேசி இணைப்பு உங்கள் வீட்டில் இருக்கவேண்டும்.

இதில் ஒரு பிரச்னை! 2003-ம் ஆண்டிலேயே செல்பேசிகளின் எண்ணிக்கை கம்பிவழித் தொலைபேசியின் எண்ணிக்கையைத்

தாண்ட ஆரம்பித்தது. இன்றைய நிலையிலோ, 3.5 கோடியில் இருக்கிறது கம்பிவழித் தொலைபேசி; ஆனால் செல்பேசியின் எண்ணிக்கையோ 70 கோடி! ஆனால் அதிவேக இணைப்புக்கு கம்பி வேண்டும் என்றால் அதனால் பலருக்கும் பயன் இல்லை.

இங்குதான் 3ஜி தொழில்நுட்பம் உதவும். கம்பி வழியாக ஏ.டி.எஸ்.எல் தொழில்நுட்பம் கொடுக்கும் வேகத்துக்கு இணையாக, இண்டர்னெட் வேகம் 3ஜியில் இருக்கும். இதனால் ஒரு நல்ல மொபைல் போனை வைத்துக்கொண்டே இணையத்தில் ஒருவர் உலாவலாம். வேண்டிய தகவல்களைப் பெறலாம். கணினி வாங்கவேண்டிய அவசியமில்லை. இல்லாவிட்டால், புதிதாக வரத்தொடங்கியிருக்கும் டேப்ளட் கம்ப்யூட்டர் என்பதைப் பயன்படுத்திக்கொள்ளலாம். விலையும் குறைவு, கிட்டத்தட்ட கணினியில் செய்யக்கூடிய அனைத்தையும் இதில் செய்யலாம். பயன்படுத்துவதும் எளிது.

இந்த 3ஜி சேவை மூலம், வீடியோ போன் வசதி கிடைக்கும். எதிராளியுடன் வெறுமனே பேசுவதைத் தாண்டி, அவர்கள் முகத்தைப் பார்த்துக்கொண்டே பேசலாம்! உலகில் கடந்த 10 வருடங்களாக இருக்கும் இந்தச் சேவையை அறிமுகம் செய்வது பற்றி தொலைதொடர்பு அமைச்சகம் யோசித்தது.

3ஜி சேவை, 2100 மெகாஹெர்ட்ஸ் என்ற அதிர்வெண்ணில் இயங்கக்கூடியது.

1900-1980 மெகாஹெர்ட்ஸ், செல்பேசிகள் கோபுரத்துடன் தொடர்புகொள்ள (அப்லிங்க்)

2010-2025 + 2110-2170 மெகாஹெர்ட்ஸ், கோபுரம் செல்பேசிகளுடன் தொடர்புகொள்ள (டவுன்லிங்க்)

இந்த 3ஜி சேவையை எப்படி வழங்குவது? 1994 காலகட்டத்தில் நடந்த குழப்பங்கள்போல ஏலத்துக்குச் செல்வதா, அல்லது ஏலம் இல்லாமல் ஒரு குறிப்பிட்ட கட்டணத்தை யார் வேண்டுமானாலும் கட்டிவிட்டு சேவையை அளிக்கலாம் என்று அறிவிப்பதா? சரி, இந்தப் பிரச்னைக்கு மற்ற நாடுகள் எந்த வழியைக் கையாண்டன என்று பார்ப்போம்.எடுத்துக்காட்டாக ஒரு நாட்டை மட்டும் எடுத்துக்கொள்வோம்.

பிரிட்டனில் 3ஜி சேவையை ஏலத்துக்கு விடுவது என்று முடிவெடுத்தார்கள். மொத்தம் ஐந்து பேர் சேவையை அளிக்கலாம் என்றார்கள். ஏலம் மிகவும் வெளிப்படையாக, 2000-ல் நடைபெற்றது. இதில் வெற்றி பெற்றவர்களும் அவர்கள் ஏலம் எடுத்த தொகைகளும் கீழே:

வோடஃபோன்: 5.964 பில்லியன் பவுண்ட் (42,000 கோடி ரூபாய்)

ஹச்சிசன் 3ஜி: 4.384 பில்லியன் பவுண்ட் (30,500 கோடி ரூபாய்)

பி.டி: 4.030 பில்லியன் பவுண்ட் (28,000 கோடி ரூபாய்)

ஒன் டு ஒன்: 4.003 பில்லியன் பவுண்ட் (28,000 கோடி ரூபாய்)

ஆரஞ்ச்: 4.095 பில்லியன் பவுண்ட் (28,500 கோடி ரூபாய்)

ஆக, மொத்தம் 1,57,000 கோடி ரூபாய்.

இதேபோல ஐரோப்பாவின் பல நாடுகளும் ஏலத்தில் இறங்கின. ஆனால் இதில் பங்கு கொண்ட பலரும், இன்றுவரை பெரும் லாபம் எதையும் பார்க்கவில்லை.

இந்தியாவும் இறுதியில் 3ஜி ஏலத்தில் இறங்கியது. இது நடந்தது ஏப்ரல், மே 2010-ல். ஏழு தனியார் நிறுவனங்கள் இதில் பங்கு கொண்டன: ஏர்டெல், ரிலையன்ஸ், வோடஃபோன், டாடா, ஏர்செல், ஐடியா, எஸ்டெல். இவை தவிர, பி.எஸ்.என்.எல், எம்.டி.என்.எல் இரண்டுக்கும் சேர்த்து அனைத்து வட்டங்களிலும் உரிமம் தரப்படும். அவை இரண்டும் ஏலத்தில் பங்கு பெறா. ஆனால் ஏலத்தில் ஒவ்வொரு வட்டத்திலும் வெற்றி பெறுவோர் கொடுக்கும் அதே தொகையை இவர்களும் கொடுக்கவேண்டும்.

ஏலம் முடிந்ததும், எந்தத் தனியார் நிறுவனமும் இந்தியா முழுமைக்குமான 3ஜி சேவை உரிமத்தைப் பெறமுடியவில்லை. 22 வட்டங்களில், ஏர்டெல்லும் ரிலையன்ஸும் ஏர்செல்லும் ஆளுக்கு 13 வட்டங்களில் உரிமம் பெற்றன. ஐடியா 10 வட்டங்களிலும், வோடஃபோனும் டாடாவும் ஆளுக்கு 9 வட்டங்களிலும், எஸ்டெல் 3 வட்டங்களிலும் உரிமம் பெற்றன. இந்த எண்ணிக்கை முழுத் தகவலைக் கொடுக்காது. ஏர்டெல் மொத்தம் 12,295 கோடி ரூபாய் கட்டவேண்டும். வோடஃபோன் 11,618 கோடி ரூபாய், ரிலையன்ஸ் 8,585 கோடி. மொத்தத்தில்

இந்த ஏழு நிறுவனங்களும் சேர்ந்து கட்டவேண்டிய தொகை 50,968 கோடி. இத்துடன் பி.எஸ்.என்.எல் கட்டவேண்டியது 10,187 கோடி; எம்.டி.என்.எல் கட்டவேண்டியது 6,564 கோடி. அனைத்தையும் சேர்த்தால் அரசுக்குக் கிடைக்கும் வருமானம்: 67,719 கோடி ரூபாய்.

பிரிட்டன் அளவுக்கு இல்லை என்றாலும் கணிசமான தொகை. ஆனால் ஏலத்தில் என்னவிதமான குழப்பங்கள் என்று பார்ப்போம்.

முதலில், பிரிட்டனில் நாடு முழுமைக்குமான உரிமம் வழங்கப் படும் என்று முடிவெடுத்தார்கள். ஆனால் இந்தியாவில் இன்னமும் இந்த 'வட்டம்' என்ற கருத்தை வைத்துக்கொண்டு, நாட்டை மொத்தம் 22 வட்டங்களாகப் பிரித்துள்ளனர். 1994-ல் வேண்டுமானால் அது செல்லுபடியாகியிருக்குமே தவிர, இன்று பொருளற்றதாக இருக்கிறது.

பிரிட்டனில், நாடு முழுமைக்கும் சேர்த்து 5 பேர்தான் என்று முடிவெடுத்து ஏலம் நடந்தது. யார் ஜெயித்தாலும் அவர் நாடு முழுமைக்குமாகச் சேவை அளிப்பார். ஆனால் இந்தியாவில் எந்த வட்டத்திலும் மொத்தம் நான்கு பேர்தான். அதில் ஒருவர் பி.எஸ்.என்.எல்/எம்.டி.என்.எல். மீதம் மூவர் தனியார். எந்தத் தனியாரும் நாடு முழுவதிலும் (இன்றைக்கு) இல்லை. இதற்குக் காரணம், 3ஜி-யிலும் முழுமையான ஸ்பெக்ட்ரம் தொலை தொடர்புத் துறைக்குக் கிடைக்கவில்லை. இங்கும் கொஞ்சம் ஸ்பெக்ட்ரம் ராணுவத்தின் கையில் இருக்கிறது. அதனை ராணுவம் விடுவிக்க மறுக்கிறது. இதுதான் ஒருவிதத்தில் 2ஜி ஸ்பெக்ட்ரம் பிரச்னைக்குக் காரணம். அதனை அடுத்து பார்க்க இருக்கிறோம்.

வரலாறு காணாத அளவுக்கு ஏலம் எடுத்துள்ள நிறுவனங்கள் அனைத்தும் மேற்கொண்டு ஏகப்பட்ட பணத்தைச் செலவழித்து 3ஜி சேவையைத் தரவேண்டும். வாடிக்கையாளர் கட்டணம் நிச்சயம் அதிகமாக இருக்கும். அதனால் பெருமளவு மக்கள் இந்தச் சேவையை எடுத்துக்கொள்ள மாட்டார்கள். அதனால், இந்தியர்கள் பெரும்பாலும் இணையத்தைப் பயன்படுத்துவது நடக்காமல் போகும். மேலும், இந்த நிறுவனங்கள் எப்போது லாபம் பெறும் என்பது தெளிவு இன்றியே உள்ளது.

அரசாங்கத்துக்குக் கிடைத்துள்ள இந்தப் பணத்தால் குறுகிய காலத்தில் - இந்த நிதியாண்டில் - நன்மை இருந்தாலும்,

நாளடைவில் இதனால் பொதுமக்களுக்கும் இந்த நிறுவனங் களுக்கும் நன்மை ஏதும் இல்லை என்றே தோன்றுகிறது.

டிசம்பர் 2010 முடியும் நேரத்தில் பி.எஸ்.என்.எல், எம்.டி.என்.எல் தவிர இரண்டே இரண்டு தனியார் நிறுவனங்கள் மட்டுமே 3ஜி சேவையை ஆரம்பித்துள்ளன. ஒன்று டாடா டோகோமோ. மற்றொன்று ரிலையன்ஸ்.

இப்போது ஆ. இராசா சர்ச்சைக்கு வருவோம்.

மே 2007-ல் இராசா தொலை தொடர்புத் துறை அமைச்சர் ஆனார். அதற்கு முன்பிருந்தே, 2ஜி ஸ்பெக்ட்ரத்தின் ஒரு பகுதி ராணுவத்தின் கையில் இருந்தது. தொலை தொடர்புத் துறையும் பாதுகாப்புத் துறையுடன் இது தொடர்பாகப் பேசி வந்தது. ராணுவத்துக்கு அந்த ஸ்பெக்ட்ரம் தேவையில்லை என்பதால், அதனை விடுவிக்குமாறும், அப்படி விடுவிக்கப்பட்ட ஸ்பெக்ட்ரத்தை ஏற்கெனவே இருக்கும் மொபைல் போன் நிறுவனங்களுக்கும் புதிய நிறுவனங்களுக்கும் அளிக்கலாம் என்றும் தொலை தொடர்புத் துறை சார்பில் சொல்லப்பட்டது.

இறுதியாக, ராணுவத்தின் கையில் இருந்த 2ஜி ஸ்பெக்ட்ரம் கொஞ்சமாகத் திருப்பி அளிக்கப்பட்டது. (ஆனால் ராணுவம் இன்னும் 3ஜி ஸ்பெக்ட்ரத்தில் ஒரு பகுதியைத் தன்னிடத்தில் வைத்துள்ளது.) இப்படிக் கிடைத்த 2ஜி ஸ்பெக்ட்ரத்தை என்ன செய்வது? டிராய் என்ற தொலைதொடர்பு கட்டுப்பாட்டு வாரியத்திடம் கேட்டது தொலைதொடர்புத் துறை. அவர்கள் ஆகஸ்ட் 2007-ல் பதில் அனுப்பினார்கள்: புதிதாகக் கிடைத்த ஸ்பெக்ட்ரத்தை ஏல முறையில் நிறுவனங்களுக்குத் தாருங்கள்; அதிகப் பணம் கிடைக்கும்.

ஆனால், ஆ.இராசா, அப்படிச் செய்யப்போவதில்லை என்று முடிவெடுத்தார். 1999 தொலைதொடர்புக் கொள்கையைப் பின்பற்றி, ஜூன் 2001-ல் உரிமத்துக்கும் ஸ்பெக்ட்ரத்துக்கும் என்ன விலை நிர்ணயிக்கப்பட்டதோ அதே விலையிலேயே இப்போது புதிதாகக் கிடைத்துள்ள ஸ்பெக்ட்ரத்தையும் விற்பனை செய்வது என்று முடிவெடுத்தார்.

ஏப்ரல் 2007-லேயே தொலை தொடர்பு அமைச்சகம் டிராயிடம் ஒரு வேண்டுகோளை வைத்திருந்தது. ஒரு வட்டத்தில் அதிக

பட்சம் இத்தனை செல்பேசிச் சேவை நிறுவனங்கள்தான் இருக்கவேண்டும் என்று கட்டுப்படுத்தலாமா, கூடாதா?

டிராய் பதில் சொன்னது: கட்டுப்படுத்தவேண்டாம்; எந்த அளவுக்கு ஸ்பெக்ட்ரம் உள்ளதோ, அந்த அளவுக்கு எத்தனை பேர் வந்தாலும் அவர்களுக்குத் தரலாம்.

செப்டம்பர் 2007 முதல், புதிய ஸ்பெக்ட்ரம் பெறுவதற்கான விண்ணப்பங்களை யார் வேண்டுமானாலும் அனுப்பலாம்; முதலில் வருபவர்களுக்கு முதலில் ஸ்பெக்ட்ரம் தரப்படும் என்றது தொலை தொடர்புத் துறை. பின்னர் 24 செப்டம்பர் 2007 அன்று வெளியிட்ட செய்திக் குறிப்பில், 1 அக்டோபர் 2007 வரை மட்டுமே விண்ணப்பங்கள் பெற்றுக்கொள்ளப்படும்; அதற்கு மேல் விண்ணப்பங்கள் பெற்றுக்கொள்ளப்படமாட்டாது என்று அறிவிக்கப்பட்டது.

மார்ச் 2006-லிருந்தே பல விண்ணப்பங்கள் ஸ்பெக்ட்ரம் கோரி வந்திருந்தன. புதிதாகக் கிடைத்த விண்ணப்பங்கள் சேர்த்து, 24 செப்டம்பர் வரை, 167 விண்ணப்பங்கள் இருந்தன (22 வட்டங்களுக்கும் சேர்த்து). செய்திக் குறிப்பில் 1 அக்டோபர் 2007 என்ற இறுதி நாளைப் பார்த்ததும், அடுத்த 8 நாள்களில், மேலும் 408 விண்ணப்பங்கள் வந்தன. மொத்தம் 575 விண்ணப்பங்கள். ஆனால், உடனடியாகவே, தொலை தொடர்புத் துறை மற்றொரு அறிவிப்பை வெளியிட்டது. ஏகப்பட்ட விண்ணப்பங்கள் வந்து குவிந்துவிட்டதால், 25 செப்டம்பர் 2007 வரை வந்திருக்கும் விண்ணப்பங்கள் மட்டுமே பரிசீலிக்கப்படும் என்றது அமைச்சகம்.

அக்டோபர் 2007-ல், தொலை தொடர்புத் துறை, சட்ட அமைச்சகத்துக்குக் கடிதம் எழுதியது: ஏகப்பட்ட விண்ணப்பங்கள் வந்து குவிந்துவிட்டன; எந்தவித சட்டச் சிக்கலும் இல்லாமல் விண்ணப்பங்களைப் பரிசீலிப்பது எப்படி என்று அட்டர்னி ஜெனரலிடம் கருத்து கேட்கமுடியுமா?

நவம்பரில் சட்ட அமைச்சகம் இப்படி ஒரு பதிலை அனுப்பியது: இந்த விஷயத்தில் நிறையக் குழப்பங்கள் இருக்கும் என்று தோன்றுவதால் அமைச்சர்கள் குழு ஒன்றில் இதைப் பற்றி ஏன் கலந்து ஆலோசிக்கக்கூடாது? அப்போது அட்டர்னி ஜெனரலிடம் கருத்து கேட்கலாமே.

ஆனால் ஆ. இராசா இதனை ஏற்கவில்லை. இது தொலை தொடர்புத் துறை விவகாரம்; இதனை அமைச்சர்கள் குழுவுக்கு எடுத்துச் சென்றால் தொலைதொடர்புத் துறையின் அதிகாரம் மட்டுப்படுத்தப்படும் என்று அவர் நினைத்தார். எனவே சட்ட ஆலோசனை பெறாமலேயே விண்ணப்பங்களைப் பரிசீலிப்பது என்று முடிவெடுத்தார்.

ஏதோ பிரச்னை உள்ளது என்ற விஷயம் பிரதமர் மன்மோகன் சிங்குக்குத் தெரிய வந்தது. அவர் நவம்பர் 2007-ல் இராசாவுக்குக் கடிதம் எழுதினார்: எங்கெல்லாம் முடியுமோ, அங்கெல்லாம் வெளிப்படையான ஏல முறையைப் பின்பற்றுவதே சரியானது; பழைய கட்டணத்தை மறுபரிசீலனை செய்யவேண்டும்.

இதற்கு இராசா உடனடியாக பிரதமருக்கு பதில் அனுப்பினார்.

ஏற்கெனவே பலர் ஏலம் இல்லாமலேயே 2ஜி ஸ்பெக்ட்ரம் பெற்று சேவையை வழங்கி வருகிறார்கள். எனவே புதிதாக உள்ளே வருபவர்களுக்கு மட்டும் ஏலமுறையில் ஸ்பெக்ட்ரம் வழங்குவது என்பது நியாயமாக இருக்காது. ராணுவம் திரும்ப அளிக்கப்போகும் ஸ்பெக்ட்ரத்தை மனத்தில் கொண்டால், ஏற்கெனவே இருப்போருக்கு வேண்டிய அளவு அளித்துவிட்டு, புதிதாக உள்ளே வரும் சிலருக்கும் ஸ்பெக்ட்ரம் அளிப்பதில் எந்தப் பிரச்னையும் இருக்காது.

இந்த பதிலால் பிரதமர் திருப்தி அடைந்தாரா, இல்லையா என்று தெரியாது. ஆனால் மேற்கொண்டு கடிதப் போக்குவரத்து ஏதும் இல்லை என்று தெரிகிறது.

டிசம்பர் 2007-ல் விண்ணப்பங்கள் பரிசீலிக்கப்பட்டு, ஜனவரி 2008 முதல் உரிமங்கள் வழங்கப்பட்டன. இதில் ஸ்பெக்ட்ரம் பெற்ற நான்கு முக்கியமான நிறுவனங்கள்: யூனிடெக், ஸ்வான், லூப், டேடாகாம் ஆகியவை.

2008-ன் பிற்பகுதியில், புதிதாக லைசென்ஸ் பெற்ற நிறுவனங்கள் முதலீடுகளைப் பெற ஆரம்பித்தன. யூனிடெக் வயர்லெஸ் நிறுவனத்தில் நார்வேயைச் சேர்ந்த டெலிநார் முதலீடு செய்தது. ஸ்வான் டெலிகாம் நிறுவனத்தில் ஐக்கிய அரபு அமீரகத்தின் எத்திசாலாத் முதலீடு செய்தது.

2008-ன் இறுதி மாதங்களில் ஸ்வான், யூனிடெக் முதலீடுகளைப் பார்த்ததும் பலர் லைசென்ஸ் வழங்குதலில் முறைகேடுகள் இருக்குமோ என்று சந்தேகிக்க ஆரம்பித்தனர். சீஃப் விஜிலன்ஸ் கமிஷனருக்குப் புகார்கள் போயின. அவர் பிரதமர் மன்மோகன் சிங்குக்குக் கடிதம் எழுதி, இராசாவை விசாரணை செய்ய வேண்டும் என்றார். சுப்ரமணியம் சுவாமி நவம்பர் 2008-ல் பிரதமர் மன்மோகன் சிங்குக்குக் கடிதம் எழுதி, இராசாமீது வழக்கு தொடர பிரதமரின் அனுமதியைக் கேட்டார்.

இதற்குள் 2009 ஏப்ரல்-மே மாதங்களில் மீண்டும் தேர்தல் நடந்து, அதில் காங்கிரஸ்-திமுக (பிற கட்சிகள்) கூட்டணி மீண்டும் வெற்றி பெற்றது. பிரதமர் மன்மோகன் சிங் பதவியைத் தக்கவைத்துக் கொண்டார். ஆ. இராசாவும் தன் பதவியைத் தக்கவைத்துக் கொண்டார். ஆனால் அவர்மீதான புகார்கள் அப்படியே இருந்தன. அக்டோபர் 2009-ல் சி.பி.ஐ முதல் தகவல் அறிக்கை தாக்கல் செய்து வழக்கை விசாரிக்க ஆரம்பித்தது.

ஊடகங்கள் மேற்கொண்டு கிளற ஆரம்பித்தன. ஸ்வான் நிறுவனத்துக்கும், இராசாவின் உறவினர்களுக்கும் உள்ள தொடர்புகள் பற்றி செய்திகள் கசிந்தன. ஆனால் ஊடகங்கள் ஏப்ரல்/மே 2010 வரை பொறுத்திருக்கவேண்டியிருந்தது. அப்போதுதான் 3ஜி ஏலம் நடைபெற்றது. அந்த ஏலத்தில்தான் 3ஜி ஸ்பெக்ட்ரம் பெற நிறுவனங்கள் ஒட்டுமொத்தமாக 67,000 கோடி ரூபாய் தருவதாக ஒப்புக்கொண்டன.

உடனே சிலர் கால்குலேட்டர்களைத் தட்ட ஆரம்பித்தனர். 3ஜி ஸ்பெக்ட்ரம் இத்தனை மெகாஹெர்ட்ஸ் இத்தனை ரூபாய் என்றால், ஜனவரி 2008-ல் அளிக்கப்பட்ட 2ஜி ஸ்பெக்ட்ரம் எத்தனை ரூபாயாக இருக்கவேண்டும்? கால்குலேட்டர் விடை அளித்தது.

1,75,000 கோடி ரூபாய்.

அப்படிப் பிறந்ததுதான் இந்தியாவின் மிகப் பெரிய ஊழல் என்ற கதை.

6. சி.ஏ.ஜி. அறிக்கை

1,75,0000 கோடி என்ற எண்ணிக்கை தெரியத் தொடங்கியதும், ஸ்பெக்ட்ரம் முதல் பக்க சர்ச்சை ஆனது. மீடியா அலற ஆரம்பித்தது.

இந்தச் சர்ச்சையை உயிரோட்டத்துடன் இருக்கச் செய்ததில் சிலருக்கு முக்கியமான பங்குண்டு.

அவர்கள்:

- பயனீர் பத்திரிகையின் செய்தியாளர் கோபி கிருஷ்ணன் தொடர்ச்சியாக எழுதிய கட்டுரைகள்.
- நீரா ராடியா என்பவரின் தொலைபேசி உரையாடல்களை அரசின் வருமான வரித் துறை ஒட்டுக்கேட்டு, அதிலிருந்து வெளிப் படுத்தப்பட்ட சில தகவல்கள்.
- பிரஷாந்த் பூஷன் உச்ச நீதிமன்றத்தில் தொடுத்த வழக்கு.
- சுப்ரமணியம் சுவாமி தொடர்ந்து பிரதம ருக்கு எழுதிய கடிதங்கள்; அது தொடர் பாக உச்ச நீதிமன்றத்தில் நிகழ்ந்தவை

- கம்ப்ட்ரோலர் அண்ட் ஆடிட்டர் ஜெனரல் ஆஃப் இந்தியா (Comptroller and Auditor General of India - சி.ஏ.ஜி) என்ற இந்தியாவின் தலைமைக் கணக்காளர் 16 நவம்பர் 2010 அன்று அளித்த அறிக்கை
- எதிர்க்கட்சிகள் நாடாளுமன்றத்தின் குளிர்காலக் கூட்டத் தொடரை ஒரு நாள்கூட இயங்கவிடாமல், நாடாளுமன்றக் கூட்டுக் குழு வேண்டும் என்று கோரிக்கை வைத்துப் போராடியது.

இதில் முக்கியமானது சி.ஏ.ஜி அறிக்கை. அதிக வம்பானது நீரா ராடியா. அதிக விவகாரமானது உச்ச நீதிமன்றத்திலும் வெளியிலும் சுப்ரமணியம் சுவாமி சொல்வது.

முதலில் வம்பிலிருந்து ஆரம்பிப்போம்!

நீரா ராடியா பிரிட்டிஷ் குடிமகள். இந்தியப் பெற்றோருக்குப் பிறந்து கென்யாவில் வளர்ந்தவர். குஜராத்தைச் சேர்ந்த ஒரு தொழிலதிபரை மணந்து விவாகரத்து பெற்றவர். மூன்று குழந்தைகளுக்குத் தாய். 2000-ல் இந்தியா வந்து கன்சல்டன்சி தொழிலை ஆரம்பித்தார். அதாவது ஆலோசனை தருவது.

டாடா நிறுவனம் அப்போது சிங்கப்பூர் ஏர்லைன்ஸுடன் சேர்ந்து இந்தியாவில் விமானச் சேவை நிறுவனம் ஒன்றை ஆரம்பிக்க முடிவு செய்திருந்தது. டாடா நிறுவனத்தின் மனத்தில் உள்ள ஆறாத காயம் இந்த விமானச் சேவை.

டாடா நிறுவனத்தின் மிக முக்கியமான ஆதாரமாக இருந்தவர் மறைந்த ஜே.ஆர்.டி. டாடா. இவர் பைலட் லைசென்ஸ் பெற்றவர். இந்தியாவில் முதலில் விமானச் சேவையை ஆரம்பித்தவரும் இவரே.

1932-ல் ஜே.ஆர்.டி. டாடா, டாடா ஏர்லைன்ஸை ஆரம்பித்தார். 1946-ல் இந்த நிறுவனம் ஏர் இந்தியா என்று பெயர் மாற்றம் பெற்றது. அப்போது அது இந்திய அரசு நிறுவனம் கிடையாது. விடுதலைக்குப் பிறகு, 1948-ல் இந்த நிறுவனத்தில் இந்திய அரசு 49% பங்குகளை வாங்கியது. பின்னர் 1953-ல் நேரு பிரதமராக இருந்தபோது விமானச் சேவை தேசியமயமாக்கப்பட்டது. அப்போதும்கூட ஏர் இந்தியாவின் சேர்மனாக ஜே.ஆர்.டி.

நீரா ராடியா

டாடாவே இருந்துவந்தார். பின்னர் இந்திரா காந்தி சொல்லாமல் கொள்ளாமல், ஜே.ஆர்.டியைப் பதவியில் இருந்து நீக்கிவிட்டார். ஜே. ஆர்.டி.யின் மனத்தைவிட்டு இந்த அவமானம் கடைசி வரை நீங்கவில்லை.

1990-களில் பிற துறைகளைப் போலவே விமானச் சேவையும் தாராளமயமாக்கப்பட்டு, தனியார் நிறுவனங்கள் அனுமதிக்கப்பட்டன. அதற்குள் ஜே.ஆர்.டி இறந்துவிட்டார். டாடா நிறுவனத்தின் தலைமைப் பொறுப்பு, ரத்தன் டாடாவின் கைக்கு வந்தது. அவர் மீண்டும் விமானச் சேவை லைசென்ஸ் பெற முனைந்தார். அதன் விளைவாகவே சிங்கப்பூர் ஏர் லைன்ஸுடன் இணைந்து விண்ணப்பிக்க விரும்பினார். அதனைச் செயல்படுத்தவும், அரசுடன் தொடர்பு கொள்ளவும் தான் நீரா ராடியா நுழைந்தார்.

ஆனால், பல காரணங்களால் டாடாவின் திட்டத்துக்கு அனுமதி கிடைக்கவில்லை. பின்னர் ஒரு தொலைக்காட்சிப் பேட்டியில் ரத்தன் டாடா, விமானச் சேவைத் துறையில் நுழைய தன்னிடம் லஞ்சம் கோரப்பட்டதாகவும் அதனைத் தரத் தான் தயாராக இல்லாததால் தனக்கு உரிமம் கிடைக்கவில்லை என்றும் பகிரங்கமாக அறிவித்தார். ஆனால் தன்னிடம் யார் லஞ்சம் கேட்டது என்ற தகவலை அவர் வெளிப்படையாகத் தெரிவிக்கவில்லை.

2000-ல் ரத்தன் டாடாவின் நட்பைப் பெற்ற நீரா ராடியா, அடுத்தடுத்து டாடா குழும நிறுவனங்கள் பலவற்றுக்கும் ஆலோசனைகள் தரத் தொடங்கினார். இது கார்ப்பரேட் லாபியிங் என்று அழைக்கப்படுகிறது. பல தொழில் துறைகளை அரசாங்கத்தின் கொள்கைகள் பாதிக்கின்றன. சில தொழில்களை முன்னெடுத்துச் செல்ல அரசின் அனுமதிகள், உரிமங்கள் வேண்டியிருக்கிறது. தொழில்முறை லாபியிஸ்டுகள் அரசியல்வாதிகளிடமும் அதிகாரிகளிடமும் நட்பு வைத்துள்ளனர். அந்த

நட்பின்மூலம் பல தொழில் நிறுவனங்களுக்கு வேண்டியதை இவர்கள் சாதித்துக் கொடுக்கின்றனர். அதனால் நல்ல வருமானமும் பெறுகின்றனர்.

ரத்தன் டாடா

நீரா ராடியா, விரைவிலேயே மிக முக்கியமான லாபியிஸ்டாக மாறினார். டாடா குழுமத்துக்கு அடுத்தாற்போல, முகேஷ் அம்பானியின் ரிலையன்ஸ் குழுமமும் அவருடைய கிளையண்ட் ஆனது. திருபாய் அம்பானியின் மறைவுக்குப் பின் சில ஆண்டுகள் சுமுகமாக இருந்த அவரது மகன்கள் முகேஷ் அம்பானியும் அனில் அம்பானியும் விரைவிலேயே தங்களுக்குள் சண்டை போட ஆரம்பித்தனர். இந்தச் சண்டை மிகக் கடுமையாக இருந்தது.

இந்தியாவிலேயே மிகப் பெரிய தனியார் குழுமம் ரிலையன்ஸ். பெட்ரோகெமிகல், மின்சாரத் தயாரிப்பு, விநியோகம், தொலைபேசிச் சேவை, நிதிச் சேவை, பெட்ரோல் தோண்டுதல் என்று பல துறைகளில் ஈடுபட்டு வந்த இந்தக் குழுமத்தின் இரு சகோதரர்களுக்கு இடையே எற்பட்ட சண்டை முற்றி, பாகப் பிரிவினை ஏற்பட்டது. அதன்படி பெட்ரோகெமிகல், பெட்ரோல் தோண்டுதல் மற்றும் சில, அண்ணன் முகேஷுக்கு; மின்சாரம், நிதி, தொலைபேசிச் சேவை தம்பி அனிலுக்கு என்று முடிவானது.

பெட்ரோல் தோண்டும்போது முகேஷின் நிறுவனம் நிறைய இயற்கை எரிவாயு வளங்களைக் கண்டுபிடித்திருந்தது. சகோதரர்களுக்கு இடையே ஏற்பட்டிருந்த ஒப்பந்தத்தில் இந்த எரிவாயுவை முகேஷ் குறைந்த விலைக்கு அனிலின் மின் உற்பத்தி கம்பெனிக்கு விற்பதாக முடிவாகியிருந்தது. ஆனால் ஒப்பந்தத்திலிருந்து முகேஷ் பின்வாங்கினார்.

இது தொடர்பாக ஒருபக்கம் நீதிமன்றத்தில் வழக்கு நடந்துகொண்டிருக்க, அரசியல்வாதிகளிடமும் ஊடகங்களிலும்

முகேஷ் அம்பானி

லாபியிங் செய்ய முகேஷின் நிறுவனம் நீரா ராடியாவைத் தேர்ந்தெடுத்தது.

இப்படியாக இந்தியாவின் மிக முக்கியமான இரு தொழில் நிறுவனங்களின் காண்டிராக்ட் நீரா ராடியாவின் கையில் இருந்தது. மத்திய அமைச்சர்கள், துறைச் செயலர்கள் பலரையும் ராடியா நெருக்கமாக அறிந்திருந்தார். பல கட்சிகளில் அவருக்கு மேல் மட்டத்தின் உறவு இருந்தது. இதில் காங்கிரஸ், பாரதிய ஜனதா கட்சி, பல பிராந்தியக் கட்சிகள் என அனைவரும் உண்டு. தொலை தொடர்பு உரிமம் பெற்ற யூனிடெக்குடனும் ராடியாவுக்கு நல்ல தொடர்பு இருந்தது.

அதே நேரம் நீரா ராடியாவுக்கு அனில் அம்பானி போன்ற எதிரிகளும் இருந்தனர். அனில் அம்பானியின் ரிலையன்ஸ் கம்யூனிகேஷனின் உயரதிகாரி ஒருவர் நீரா ராடியா சந்தேகத்துக்கு இடமான பணப் பரிமாற்றங்களில் ஈடுபடுகிறார், அவர் வரி ஏய்ப்பு செய்திருக்கலாம் என்று கருத இடமுள்ளது, அதனைக் கண்காணியுங்கள் என்று நவம்பர் 2007 வாக்கில் மத்திய நிதி அமைச்சகத்துக்குப் புகார் அனுப்பினார்.

அதனை அடிப்படையாகக் கொண்டு முறையான அனுமதி பெற்று வருமான வரித்துறை, நீரா ராடியாவின் பல்வேறு தொலைபேசி அழைப்புகளை ஒட்டுக்கேட்க ஆரம்பித்தது. முதலில் 2008-ல் சேர்ந்தாற்போல் ஆறு மாதங்கள் ஒட்டுக் கேட்பது நடந்தது. பின் திடீரென நிறுத்தப்பட்டது. 2009-ல் தேர்தல்கள் முடிவடைந்ததும் மீண்டும் ஒட்டுக்கேட்பு ஆரம்பிக்கப்பட்டது. (ஏன் நிறுத்தினார்கள், யார் நிறுத்தச் சொன்னது, யார் மீண்டும் ஆரம்பிக்கச் சொன்னது என்பது பற்றி எந்தத் தகவலும் இப்போதைக்கு இல்லை.) 2008-ல் ஒட்டுக்கேட்பு ஆரம்பிக்கப்பட்டபோது நிதி அமைச்சராக இருந்தவர் ப. சிதம்பரம். நவம்பர் 2008-ல் மும்பையில் நடந்த தீவிரவாதத் தாக்குதலுக்குப்பின் உள்துறை அமைச்சர் ஷிவராஜ்

பாடில் பதவி விலக, ப. சிதம்பரம் உள்துறை அமைச்சராக நியமிக்கப்பட்டார். மன்மோகன் சிங்கே நிதித் துறையைத் தன்னிடம் வைத்துக்கொண்டார். 2009-ல் தேர்தலுக்குப் பிறகு பிரணாப் முகர்ஜி நிதி அமைச்சராக ஆனார்.

ஏப்ரல் 2010-ல் பயனீரின் கோபிகிருஷ்ணனுக்கு நீரா ராடியாவின் போன் உரையாடல்கள் குறித்த தகவல்கள் கிடைத்து, அவர் அதுபற்றி எழுத ஆரம்பித்தார். பின்னர் மே 2010-ல் பல டேப் உரையாடல்கள் சில இணையத்தளங்களில் வெளியாகின. அப்போது யாரும் அவற்றைக் கண்டுகொள்ளவில்லை. நவம்பரில் ஓப்பன் மேகஸின் என்ற இணையத்தளமும் அவுட்லுக் என்ற வார இதழும் இந்த உரையாடல்களை ஆடியோ வடிவிலும் எழுத்து வடிவிலும் வெளியிட்டன. இந்த உரையாடல்கள் பொய், திரிக்கப்பட்டவை என்று யாருமே புகார் செய்யவில்லை. எனவே இவை உண்மையாகத்தான் இருக்கும் என்று எடுத்துக்கொள்வோம்.

ஏற்கெனவே உச்ச நீதிமன்றத்தில் ஸ்பெக்ட்ரம் விவகாரத்தில் பொதுநல வழக்கு ஒன்றைத் தாக்கல் செய்திருந்த வழக்கறிஞர் பிரஷாந்த் பூஷன், இந்த டேப்களை சாட்சியங்களாகச் சேர்க்கக் கேட்டுக்கொண்டார். உச்ச நீதிமன்றம், இந்த டேப்கள் அழிக்கப் படக்கூடாது என்று சி.பி.ஐக்கும் மத்திய அரசுக்கும் உத்தர விட்டது. சி.பி.ஐ, மொத்தம் 5,851 ஒட்டுக்கேட்ட டேப்கள் இருப்பதாகவும் அவற்றை முழுவதுமாகக் கேட்டு முடித்து, மேற்கொண்டு விசாரணை செய்ய மார்ச் 2011 ஆகிவிடும் என்றும் உச்ச நீதிமன்றத்தில் அறிவித்தது.

இந்த டேப்கள் முழுவதும் வெளிவரவில்லை. ஆனால் வெளி வந்தவரை நமக்குத் தெரிவது இவைதான். திமுகவின் தயாநிதி மாறன், மீண்டும் கட்சித் தலைமையுடன் சமாதானம் செய்து கொண்டு, 2009 தேர்தலில் போட்டியிட்டு வென்றதும், தொலை தொடர்புத் துறை அமைச்சராகும் முயற்சியில் இருந்தார். ஆனால் திமுக தலைவர் கருணாநிதியின் மகள் கனிமொழி, ஆ.இராசாவையே மீண்டும் தொலை தொடர்புத் துறை அமைச்சராக ஆக்குவதில் ஈடுபட்டிருந்தார். தயாநிதி மாறன் தொலை தொடர்புத் துறை அமைச்சர் ஆனால் தனக்குச் சாதகமாக இருக்காது என்று ரத்தன் டாடா ஆ. இராசாவை ஆதரித்துள்ளார். எனவே நீரா ராடியா காங்கிரஸ் தரப்பிலும் திமுக தரப்பிலும்

தொடர்புகொண்டு இராசாவைத் தொலை தொடர்புத் துறை அமைச்சர் ஆக்குவதற்கு முயற்சி செய்துள்ளார். அதனாலோ அல்லது முற்றிலும் வேறு காரணங்களாலோ, இராசா மீண்டும் தொலைதொடர்பு அமைச்சர் ஆகிவிட்டார்.

இந்த உரையாடல்களில் பல்வேறு கட்சி சார்ந்த வம்புகள் வெளிப்படுகின்றன. ஆனால் 2ஜி ஸ்பெக்ட்ரம் வாங்க அமைச்சர் இராசாவுக்கு சில நிறுவனங்கள் பணம் கொடுத்துள்ளன போன்ற எந்தத் தகவலும் இல்லை. ஆனால் தொலை தொடர்புத் துறை சில முடிவுகளை எடுக்க, நீரா ராடியாவும் வேறு சிலரும் லாபியிங் செய்திருக்கலாம் என்பதை நம்மால் ஊகிக்க முடிகிறது. இராசாவுக்கு நீரா ராடியாவுடன் நல்ல உறவு இருந்தது என்பது அவர்கள் இடையேயான தொலைபேசி உரையாடலில் இருந்து தெரியவருகிறது. இராசா அமைச்சரானால் நீரா ராடியாவுக்கும் அவரது கிளையண்டுகளுக்கும் நன்மை ஏற்படலாம் என்பதும் தெளிவாகத் தெரிகிறது.

இராசா பதவியிலிருந்து விலகியதும், டிசம்பர் 2010-ல், அவரை சி.பி.ஐ விசாரணை செய்துள்ளது. அதுபோல நிதி அமைச்சகத்தின் என்ஃபோர்ஸ்மெண்ட் டைரக்டரேட் நீரா ராடியாவிடம் பல மணி நேரம் விசாரணை செய்துள்ளது. இவற்றின் முடிவுகள் இப்போதைக்கு நமக்குத் தெரியவில்லை. *(டிசம்பர் 31, 2010 நிலவரப்படி.)*

★

இப்போது சுப்ரமணியம் சுவாமியின் வழக்குகளுக்கு வருவோம். தடாலடி ஸ்டேட்மெண்ட்கள் விடுவதில் இவர் சமர்த்தர். தன்னிடம் அனைத்துக்கும் ஆதாரங்கள் இருப்பதாக எப்போதுமே சொல்லி வருபவர். 2008-லிருந்து இராசாமீது நடவடிக்கை எடுக்க வேண்டும் என்று பிரதமருக்குக் கடிதங்கள் அனுப்பிவந்தார். அதில் முன்னேற்றம் இல்லை என்று முடிவுசெய்த இவர், பிரஷாந்த் பூஷன் தொடுத்த உச்ச நீதிமன்ற வழக்கில் தானும் இணைந்துகொண்டார். தான் பிரதமருக்கு அனுப்பிய கடிதங்களுக்கு பதில் ஏதும் இல்லை என்று நீதிமன்றத்தில் இவர் சொல்ல, பிரதமரையே நீதிமன்றம் வருமாறு அழைத்தனர் நீதிபதிகள். இது ஆட்சிக்குப் பெரும் கலவரத்தை ஏற்படுத்தியது. பின்னர் பிரதமரின் சார்பில் அட்டர்னி ஜெனரல் வாஹ்னாவதி பதில் தாக்கல் செய்தார்.

அந்த பதிலால் தான் திருப்தி அடைந்துவிட்டதாக சுப்ரமணியம் சுவாமி சொன்னார். அடுத்து, மற்றொரு பெரிய குற்றச்சாட்டை வீசினார் அவர். இது தொலைக்காட்சிப் பேட்டிகளிலும் பத்திரிகைகளிலும் வெளியானது. ஸ்பெக்ட்ரம் ஊழலில் பெறப்பட்ட பணத்தில் 10% மட்டுமே இராசாவுக்குச் சென்றது என்றும், மீதம் உள்ளவற்றில் 30% தமிழக முதல்வர் கருணாநிதியின் குடும்பத்துக்கும், 60% காங்கிரஸ் தலைவர் சோனியா காந்தியின் இரு இத்தாலிய சகோதரிகளுக்கும் போயுள்ளது என்றும் சொன்ன இவர், இது தொடர்பான அனைத்துத் தகவல்களும் இந்திய உளவுத்துறைக்கும் பிரதமருக்கும் தெரியும்; ஆனாலும் பிரதமர் எந்த நடவடிக்கையும் எடுக்காமல் இருக்கிறார் என்றார். இதுவரை சம்பந்தப்பட்டவர்கள் யாரும் சுப்ரமணியம் சுவாமியின் குற்றச்சாட்டுகளுக்குப் பதில் சொல்லவில்லை. (இதுவும் டிசம்பர் 31, 2010 நிலவரப்படி.)

★

இப்போது சி.ஏ.ஜி அறிக்கைக்கு வருவோம். மற்றவர்கள் தனிப்பட்ட மனிதர்கள். ஆனால் சி.ஏ.ஜி, அரசியல் அமைப்புச் சட்டத்தின்கீழ் நியமிக்கப்பட்ட ஓர் அதிகாரி. அரசின் அனைத்துக் கணக்கு வழக்குகளையும், வருமானத்தையும் செலவையும் பரிசீலனை செய்ய நியமிக்கப்பட்டவர். மத்திய அரசை மட்டுமல்ல, மாநில அரசுகளையும்தான். அரசின் கொள்கைகளால் அரசுக்கு வரவேண்டிய பணம் வராமல் போகிறதா, அரசின் திட்டங்களில் செலவழிக்கப்படும் தொகை அதற்கான பயன் இல்லாமலேயே விரயமாகிப் போகிறதா போன்றவற்றை இவர் அலசி ஆராய்ந்து அறிக்கை தரவேண்டும். அந்த அறிக்கை நேரடியாக நாடாளுமன்றத்துக்குச் சமர்ப்பிக்கப்படும். அதன்மீது விவாதம் நடத்தி முடிவெடுப்பது நாடாளுமன்றத்தின் உரிமை. அவர், ஸ்பெக்ட்ரம் பகிர்ந்தளிப்பு தொடர்பாக விரிவான 80 பக்க அறிக்கையை 16 நவம்பர் 2010 அன்று வெளியிட்டார். இந்த அறிக்கை அவர்களது இணையத்தளத்திலும் கிடைக்கிறது. அதன் சாரம் இதுதான்:

1. ஆகஸ்ட் 2003-ல் டிராய், தொலைதொடர்பு உரிமங்கள் வழங்குவதில் என்னென்ன வழிமுறைகள் பின்பற்றப்பட வேண்டும் என்று ஓர் அறிக்கையைத் தயாரித்துத் தந்தது. அக்டோபர் 2003-ல் இந்த அறிக்கையின் அடிப்படையில்

மத்திய அரசு கொள்கை முடிவுகளை எடுத்தது. அதன்படி, 2001-ல் உரிமத் தொகையையும் ஸ்பெக்ட்ரம் தொகையையும் ஒன்றோடு ஒன்று இணைக்காமல் விலக்குவது; உரிமத் தொகையைக் குறைத்து வருமானத்தில் ஒரு பங்காக வைப்பது; ஸ்பெக்ட்ரத்துக்கான சரியான தொகையைக் கண்டறிவது என்று முடிவெடுக்கப்பட்டது. ஆனால் அன்று தொடங்கி இன்றுவரை ஸ்பெக்ட்ரத்துக்கு என்று சரியான தொகை முடிவாகவே இல்லை. எனவே அடுத்தடுத்து வந்த அரசுகள், ஸ்பெக்ட்ரத்துக்குக் குறைவான தொகையையே வசூலித்து வந்துள்ளனர். (கவனிக்கவும், இங்கு இராசாமீது மட்டும் குற்றம் சாட்டப்படவில்லை. 2001 முதல் இன்றுவரை அமைச்சர்களாக இருந்த அனைவர்மீதும் சி.ஏ.ஜி குற்றம் சாட்டுகிறது. இதனையே உச்ச நீதிமன்றமும் ஏற்று, 2001 முதல் ஸ்பெக்ட்ரம் எந்த விலைக்குக் கொடுக்கப்பட்டது என்பதைப் பரிசீலிக்கப்போவதாகச் சொல்லியுள்ளது.)

2. 2007-ல் ராணுவம் கையில் இருந்த ஸ்பெக்ட்ரம் கிடைத்ததும், தனியாக டெலிகாம் கமிஷன் என்ற குழுவைக் கூட்டாமல் தொலைதொடர்பு அமைச்சகம் தன்னிச்சையாக முடி வெடுத்து 2008-ல் 122 பேருக்கு யூனிவர்சல் ஆக்சஸ் சர்வீஸ் லைசென்ஸைக் கொடுத்துள்ளது. இது தவறான முடிவு.

3. நவம்பர் 2007-ல் நிதி அமைச்சகம், ஸ்பெக்ட்ரத்தை 2001 விலையிலேயே கொடுக்கக்கூடாது, அதன் விலையில் இன்றைய நிலவரத்துக்கு ஏற்றபடி மாற்றம் செய்யவேண்டும் என்று முறையீடு செய்துள்ளது. ஆனால் தொலை தொடர்பு அமைச்சகம் அதனைக் கருத்தில் கொள்ளவில்லை.

4. அக்டோபர் 2007-ல் தொலைதொடர்பு அமைச்சகம், தானே சட்ட அமைச்சகத்தைத் தொடர்புகொண்டு, ஏகப்பட்ட விண்ணப்பங்கள் வந்திருப்பதால் சட்டப் பிரச்னை இன்றி அவற்றை எப்படி எதிர்கொள்வது என்று ஆலோசனை கேட்டது. ஆனால் நவம்பர் 2007-ல் சட்ட அமைச்சகம், இதற்கென ஓர் அமைச்சர் குழுவைக் கூட்டி முடிவெடுக்கலாம் என்று சொன்ன ஆலோசனையை தொலைதொடர்பு அமைச் சகம் ஏற்றுக்கொள்ளவில்லை. தன்னிச்சையாக முடிவெடுத்து ஜனவரி 2009-ல் உரிமங்களை வழங்கியது.

5. நவம்பர் 2007-ல், பிரதமர், தொலைதொடர்புத் துறை அமைச்சர் இராசாவுக்குக் கடிதம் எழுதி, ஸ்பெக்ட்ரத்தை வெளிப்படையான ஏலமுறையில் தருவதே சரியானது; அதேபோல நுழைவுக் கட்டணத்தை மறுபரிசீலனை செய்வதும் சரியாக இருக்கும் என்று கருத்து தெரிவித்துள்ளார். கடிதம் கிடைத்த அதே நாள் பதில் அளித்த அமைச்சர் இராசா, பலர் ஏற்கெனவே ஸ்பெக்ட்ரத்துக்கு தனியாக எந்தக் கட்டணமும் தராமல் சேவையை அளித்து வருவதால் புதிதாக உள்ளே வருவோருக்கு மட்டும் ஏலமுறையில் கட்டணம் வசூலித்தால் அது நியாயமற்றதாக இருக்கும் என்று பதில் அளித்துள்ளார். பழைய நுழைவுக் கட்டணத்தில் மாற்றம் தேவையில்லை என்றும் முடிவெடுத்துள்ளார்.

6. விண்ணப்பங்களைப் பெறக் கடைசி நாள் 1 அக்டோபர் 2007 என்று சொல்லியிருந்தபோதிலும், 24 செப்டம்பர் அன்று ஒரு புதிய செய்திக்குறிப்பில், 25 செப்டம்பர் 2007-க்குப்பிறகு வரும் விண்ணப்பங்கள் பரிசீலிக்கப்படாது என்று சொல்லப் பட்டுஉள்ளது. இது நியாயமற்றது.

7. முதலில் வருவோருக்கே முதலில் ஸ்பெக்ட்ரம் தரப்படும் என்று பிரதமரிடம் உறுதி கூறியிருந்த அமைச்சர் இராசா, மார்ச் 2006 முதல் 25 செப்டம்பர் 2007 வரையிலான அனைத்து விண்ணப்பங்களுக்கும் ஒரே நாளில் - 10 ஜனவரி 2008 - அனுமதி அளித்தார். அனுமதி பெற்றவர்கள் 15 நாள்களுக்குள்ளாக ஒப்பந்த விதிகளின்படி வங்கி உத்தரவாதம் அளிக்கவேண்டும். இந்த விவரம் ஒரு சிலருக்கு மட்டும் முன்னதாகவே கிடைத்துள்ளது. அவர்கள் ஏற்கெனவே வங்கி உத்தரவாதத்தை வரைவோலைகளாக வாங்கி வைத்திருந்தனர். எனவே முன்னதாகவே விண்ணப்பித்திருந்த பலரையும் தாண்டி இவர்கள் உடனடியாக ஸ்பெக்ட்ரம் பெறும் வரிசையில் முன்னேறிவிட்டனர்.

8. 10 ஜனவரி 2008-ல் லைசென்ஸ் தரப்பட்ட 122-ல் 85 நிறுவனங்கள் தொலைதொடர்பு அமைச்சகம் விதித்திருந்த கட்டுப்பாடுகளை மீறியிருந்தன. பொய்யான தகவல்களை அளித்திருந்தனர் அல்லது தரவேண்டிய உண்மைத் தகவல்களைத் தரவில்லை. இதன் காரணமாகவே அவர்களுக்கு லைசென்ஸூம் பின்னர் ஸ்பெக்ட்ரமும் கிடைத்தன.

9. ஸ்பெக்ட்ரத்துக்கு சரியான கட்டணம் வசூலிக்காமல் இருந்ததால் அரசுக்கு நிறைய நஷ்டம் ஏற்பட்டுள்ளது. எவ்வளவு என்று கணிப்பது கடினம். ஆனால், பல்வேறு முறைகளைப் பயன்படுத்திக் கணக்கிட்டால் குறைந்தபட்சம் 58,000 கோடி ரூபாய், அதிகபட்சம் 1,52,038 கோடி ரூபாய் நஷ்டம்.

10. சில நிறுவனங்களுக்கு ஒப்பந்தப்படி தரவேண்டிய ஸ்பெக்ட்ரத்துக்கு மேலாகத் தரப்பட்டுள்ளது. இதற்கென தனியாக எந்தக் கட்டணமும் வசூலிக்கப்படவில்லை. இதில் ஏற்படும் நஷ்டத்தைக் கணக்கிட்டால், குறைந்தபட்சம் 12,000 கோடி ரூபாய், அதிகபட்சம் 37,000 கோடி ரூபாய். (ஆக இரண்டு நஷ்டங்களையும் கூட்டினால் குறைந்தது 70,000 கோடி ரூபாய், அதிகபட்சம் 1,89,038 கோடி ரூபாய்.)

இதன் பல்வேறு விளக்கங்கள்தான் அறிக்கையின் பிற பக்கங்களில் காணக் கிடைக்கிறது. எளிதாகப் புரிந்துகொள்வதற்காக சி.ஏ.ஜி அறிக்கையின் குற்றச்சாட்டுகளை இரண்டாகப் பிரிக்கலாம்.

(அ) 2001-லிருந்தே அடுத்தடுத்து வந்த தொலைதொடர்பு அமைச்சர்களும் அதிகாரிகளும் ஸ்பெக்ட்ரத்துக்குச் சரியான விலையைக் கணிக்காமல் அரசுக்கு நஷ்டத்தை ஏற்படுத்தி உள்ளனர். முக்கியமாக, 2008-ல் ஸ்பெக்ட்ரம் தரப்பட்ட போது அதனால் ஏற்பட்டுள்ள நஷ்டத்தை மட்டும் 70,000-1,90,000 கோடி ரூபாய் என்று கணிக்கலாம்.

(ஆ) 2007-08 காலத்தில் லைசென்ஸ்களை வழங்கும் முறையில் இராசா, பிரதமர், நிதி அமைச்சர், சட்ட அமைச்சர், டிராய் ஆகியோர் வழங்கிய அறிவுரைகளை ஏற்கவில்லை. தன்னிச்சையாக நடந்துகொண்டார். நடைமுறை வெளிப்படையாக இல்லை. திடீர் திடீர் என மாற்றங்கள் நடைபெற்றன. விதிமுறைகளுக்குள் வராத, பொய்த் தகவல்கள் கொடுத்த நிறுவனங்களுக்கெல்லாம் லைசென்ஸ் தரப்பட்டுள்ளது. சிலருக்கு தகவல்கள் முன்னதாகவே கசிய விடப்பட்டு, அவற்றை அவர்கள் பயன்படுத்திக்கொண்டு ஸ்பெக்ட்ரம் பெறுவதில் வரிசையில் முன்னுக்குச் சென்றுவிட்டனர்.

இதில் இரண்டாவது குற்றச்சாட்டு வலுவாகவே உள்ளது. சிலவற்றுக்கு இராசா தரப்பில் சரியான பதில்கள் உள்ளன.

சிலவற்றுக்கு இல்லை, அல்லது நமக்கு இன்னும் தெரிய வரவில்லை.

முதல் குற்றச்சாட்டை மட்டும் பார்ப்போம். ஏனெனில், இதன் மூலமாகத்தான் ஊடகங்கள் முன்வைத்த 1,75,000 கோடி ஊழல் என்பதற்கு வலு கிடைக்கிறது.

ஊடகங்கள், எதிர்க்கட்சிகள் முன்வைக்கும் வாதம் இதுதான்: அரசுக்குப் பெருமளவு நஷ்டம் ஏற்பட்டுள்ளது. அப்படியானால் ஸ்பெக்ட்ரம் பெற்றுள்ளவர்களுக்குப் பெருமளவு லாபம் ஏற்பட்டுள்ளது. அந்த லாபத்தில் பெரும் பங்கு அதனை ஏற்படுத்திக் கொடுத்த அமைச்சருக்கு லஞ்சமாகச் சென்றுள்ளது. அதில் அவரும் அவருடைய கட்சியினரும் தோழமைக் கட்சியினரும் பங்கு பெற்றுள்ளனர்.

அமைச்சருக்கும் நீரா ராடியா என்பவருக்குமான தொலைபேசி உரையாடல் கிடைத்துள்ளது. அதிலிருந்து அவர்களுக்கிடையில் நட்பு இருந்தது என்று தெரிகிறது. நீரா ராடியாவுக்கும் யூனிடெக் நிறுவனத்துக்கும் உறவு இருந்துள்ளது என்று தெரிகிறது. இது ஒரு தொடர்பு. இதனை மேலும் தோண்டித் துருவினால்தான் யூனிடெக் நிறுவனம் எங்கேனும் லஞ்சம் கொடுத்துள்ளதா என்பது தெரியவரும்.

அடுத்து ஸ்வான் நிறுவனத்துக்கும் இராசாவின் உறவினர்களுக்கும் இடையே உள்ள தொடர்பு. இதுவும் மேற்கொண்டு விசாரிக்கப்பட்டு குற்றச்சாட்டுகளின் உண்மை உள்ளதா என்பது கண்டறியப்படவேண்டும்.

ஆனால், பெரும்பாலான பத்திரிகைச் செய்திகளிலும் பொதுமக்கள் மனத்திலும் ஆ. இராசா, 1,75,000 கோடி ரூபாயை கபளீகரம் செய்துவிட்டார் என்றே பதிந்துள்ளது. அதன் விளைவாகவே இந்தச் செய்தி பத்திரிகைகளின் முதல் பக்கத்தை ஆக்கிரமித்து உள்ளது. உலகின் நம்பர் 1 ஊழல் என்று எதிர்க்கட்சிகளால் பேசப்படுகிறது.

இந்த எண்ணிக்கை எப்படி வந்தது என்பதைப் புரிந்துகொள்ள சி.ஏ.ஜியின் வெவ்வேறு கணக்குகளைப் பார்ப்போம்.

(1) செப்டம்பர் 2007-ல் எஸ்டெல் என்ற நிறுவனம் 2ஜி உரிமத்துக்காக விண்ணப்பித்திருந்தது. இந்த நிறுவனம் 5 நவம்பர் 2007-ல் பிரதமருக்கு எழுதிய கடிதத்தில், தங்களுக்கு

இந்தியா முழுமைக்குமான செல்பேசிச் சேவை உரிமம் கிடைத்தால், ஸ்பெக்ட்ரத்துக்கு என்று மேற்கொண்டு 6,000 கோடி ரூபாய் தருவதாகச் சொல்லியுள்ளனர். பிறகு தொலை தொடர்புத் துறை அமைச்சருக்கு 27 டிசம்பர் 2007-ல் எழுதிய கடிதத்தில், இந்தத் தொகைய அதிகப்படுத்தி, 13,752 கோடி ரூபாய் தருவதாகச் சொல்லியுள்ளனர். இதிலிருந்தே ஸ்பெக்ட்ரத்தின் சந்தை மதிப்பு என்ன என்று நாம் புரிந்துகொள்ள முடியும். இதனை அடிப்படையாகக் கொண்டு 2008-ல் அளிக்கப்பட்டுள்ள அனைத்து உரிமங்களையும் கணக்கிட்டால் 65,909 கோடி ரூபாய் வரவேண்டும். ஆனால் அனைத்து நிறுவனங்களும் சேர்ந்து தந்த தொகை 12,386 கோடி ரூபாய். ஆக இந்த அடிப்படையில் கணக்கிட்டால் இழப்பு 53,523 கோடி ரூபாய்.

(2) ஏப்ரல், மே 2010-ல் 3ஜி சேவைக்கான ஏலம் நடைபெற்றது. அதில் சில நிறுவனங்கள் பங்கேற்று குறிப்பிட்ட தொகையைக் கொடுப்பதாக முடிவெடுத்திருந்தன. 3ஜி ஸ்பெக்ட்ரத்துக்கு என்ன தொகையோ அதே தொகை 2ஜி ஸ்பெக்ட்ரத்துக்கும் என்று முடிவெடுத்திருந்தால், 2008-ல் தரப்பட்ட உரிமங்களின் உண்மையான விலை 1,52,038 கோடி ரூபாயாக இருந்திருக்கும். ஆனால் 12,386 கோடி ரூபாய்தான் பெறப்பட்டது. எனவே 1,39,652 கோடி ரூபாய் நஷ்டம்.

(3) யூனிடெக், ஸ்வான் என்ற இரண்டு நிறுவனங்களும் ஸ்பெக்ட்ரம் பெற்றபின், 2008-ன் இறுதியில் டெலிநார், எத்திசாலாத் என்ற இரு நிறுவனங்களுக்கு, அதிக விலைக்குப் பங்குகளை விற்றன. இடைப்பட்ட காலத்தில் இந்த இரு நிறுவனங்களும் வேறு எந்த சொத்தையும் உருவாக்கிக் கொள்ளவில்லை. எனவே இவர்களிடம் இருந்த ஒரே சொத்து அரசிடமிருந்து பெற்ற ஸ்பெக்ட்ரம்தான். இதைத் தவிர அந்த இரு நிறுவனங்களும் மேற்கொண்டு சில முதலீடுகளைச் செய்திருப்பதாகச் சொன்னாலும், அவற்றை விலக்கிவிட்டு ஸ்பெக்ட்ரத்தின் மதிப்பை மட்டும்தான் பார்க்கவேண்டும். அப்படிப் பார்த்தால், இந்த நிறுவனங்கள் பெற்ற ஸ்பெக்ட்ரத்தின் மதிப்பு 7,750 கோடி முதல் 9,100 கோடி ரூபாய் வரை இருக்கவேண்டும். அப்படியானால் 2008-ல் கொடுக்கப்பட்ட ஸ்பெக்ட்ரத்தின் மொத்த மதிப்பு 58,000 முதல் 68,000 கோடி ருபாய் மதிப்புடையதாக இருக்க

> வேண்டும். ஆனால் கிடைத்ததோ 12,386 கோடி ரூபாய்தான். இந்த அடிப்படையில் நஷ்டத்தைக் கணக்கிட்டால் 45,600 முதல் 55,600 கோடி ரூபாய்.

சி.ஏ.ஜியின் கணக்குகள் ஊகங்கள் மட்டுமே; உண்மை அல்ல என்று தொலைதொடர்பு அமைச்சகம் சொல்லியுள்ளது. அப்போது இராசா பதவியில் இருந்தார். இப்போது அவர் பதவியில் இல்லை. எனவே அமைச்சகம் தன் கருத்தை மாற்றிக் கொள்ளக்கூடும். சி.ஏ.ஜியும் பதிலுக்கு, தான் கொடுத்துள்ள எண்கள் ஒரு வழிகாட்டுதலே என்றுதான் சொல்லியுள்ளது. அதாவது இப்போது நடைமுறையில் இருக்கும் கட்டணம் மிகக் குறைவு; அதைப்போலப் பல மடங்கைத் தர பலரும் தயாராக உள்ளனர்; அதனை ஏற்காமல் விட்டதால் அரசு தான் பெற வேண்டிய வருமானத்தை இழந்துவிட்டது என்பதே சி.ஏ.ஜியின் கருத்து.

இதிலும் சில புரிதல் குழப்பங்கள் பலரிடம் உள்ளன. உதாரணமாக, சிலர், யூனிடெக், ஸ்வான் போன்றோர் குறைந்த விலைக்கு ஸ்பெக்ட்ரத்தை வாங்கி, அதனை அந்நிய நாட்டு நிறுவனங்களுக்கு அதிக விலைக்கு விற்று லாபத்தை பாக்கெட்டில் போட்டுக்கொண்டு சென்றுவிட்டனர் என்பது போலப் பேசுகிறார்கள்.

இது உண்மையா?

7. நஷ்டம் என்ன?

ஒரு நாட்டைச் செலுத்தும் அரசின் நோக்கம் என்பது என்னவாக இருக்கவேண்டும்? அரசின் கொள்கைகள் எப்படிப்பட்டவையாக இருக்க வேண்டும்? முக்கியமாக, அரசின் கையில் இருக்கும் வள ஆதாரங்களை அரசு எந்த வகையில் பிரித்துக் கொடுக்கவேண்டும்? அதற்கு எப்படி கட்டணம் வசூல் செய்ய வேண்டும்?

பொதுவாகவே இந்திய அரசின் பல நிர்வாகத் துறைகளில் இடதுசாரி வாசனை சற்று தூக்கலாகவே இருக்கும். இதற்கு நேருவின் சோஷியலிஸ்ட் பின்னணியும், தொடர்ந்து பல ஆண்டுகள் அரசு சோஷியலிஸ்ட் மாதிரி பொருளாதாரத்தைக் கடைப்பிடித்ததும் காரணங்கள்.

தாராளமயம் என்பதே 1990-களில்தான் ஓரளவுக்குச் செயல்படுத்தப்பட ஆரம்பித்தது. கடந்த இருபது ஆண்டுகளில் அதுகூட முழுமையாகச் செயல்படுத்தப்படவில்லை. இந்தப் பின்னணியில் சி.ஏ.ஜியின் அறிக்கையை ஆராய்வோம்.

இந்தியாவில் 1995-ல்தான் தனியார் செல்பேசித் துறை ஆரம்பிக்கிறது. 2000 வரை எந்தவித தாக்கத்தையும் இது ஏற்படுத்தவில்லை. அடுத்த பத்தாண்டுகளில் குறைவான நுழைவுக் கட்டணம், குறைவான ஸ்பெக்ட்ரம் கட்டணம் ஆகிய கொள்கைகளால் (அல்லது சி.ஏ.ஜியின் கருத்தின்படி, அரசின் தவறான கொள்கைகளால்!) இந்தியாவின் டெலி டென்சிடி 2% என்பதிலிருந்து 70% என்பதை அடைகிறது.(டெலி டென்சிடி என்றால் நூறு பேருக்கு எத்தனை டெலிபோன்கள் உள்ளன என்ற கணக்கு.) இந்தியாவில் வேறு எந்தத் துறையில் இந்த அளவுக்கு முன்னேற்றம் ஏற்பட்டுள்ளது? ஒரு துறையைக் கூடக் காட்ட முடியாது.

இந்தியர்களுக்கு, அதுவும் குறிப்பாக ஏழைகளுக்கு எந்த அளவுக்கு தொலைதொடர்பு அவசியம்? மீனவர்கள் அதைக் கொண்டுதான் சரியான விலை எங்கு கிடைக்கும் என்று தீர்மானிக்கிறார்கள். உழவர்கள் அருகில் உள்ள சந்தையில் பொருள்களின் விலையை அறிகிறார்கள். இந்த அளவு செல்பேசி வளர்ச்சி இல்லாவிட்டால் இந்தியாவின் பொருளாதாரம் வளர்ந்திருக்க வாய்ப்பில்லை. சிறு நிறுவனங்கள் முதல் பெரு நிறுவனங்கள் வரை இந்த வளர்ச்சிக்கு பங்காற்றியுள்ளன. இவர்களை ஒன்றிணைத்தது செல்பேசி. 2000-ல் இந்தியாவின் தொலைபேசித் துறையில் மாற்றம் ஏற்பட்டிருக்காவிட்டால், இந்தியாவின் தகவல் தொழில்நுட்ப வளர்ச்சி இந்த அளவுக்கு இருந்திருக்கவே முடியாது.

சில தொழில்நுட்பங்களைக் குறிப்பிடும்போது, இந்த வளர்ச்சி யால் பணக்காரர்களுக்கு மட்டும்தான் வசதி, ஏழைகளுக்கு எந்தப் பயனும் இல்லை என்பார்கள். உதாரணம், நான்கு சக்கர வாகனங்கள். அதில்கூட மாற்றுக் கருத்துகள் உண்டு என்றாலும், செல்பேசியை அப்படிச் சொல்லவே முடியாது. உலகிலேயே இன்று மிகக் குறைவான கட்டணம் கொண்ட நாடு இந்தியாதான். அதன் பலனை நாட்டின் ஒவ்வொரு குடிமகனும் அனுபவிக் கிறான். அப்படி இருக்கும்போது ஏன் அரசின் கொள்கை தவறு என்று சொல்லவேண்டும்?

3ஜி ஸ்பெக்ட்ரத்தை விற்பதன்மூலம் நிறையப் பணம் கிடைத்து விட்டது என்று ஓர் அரசு சந்தோஷப்படலாம். அரசுக்கு நன்மை. ஆனால் அந்தப் பணத்தால் நாட்டுக்கு நன்மையா? நாட்டு மக்களுக்கு நன்மையா?

பிரிட்டனில் 3ஜி சேவையை மட்டும் அளிக்கும் நிறுவனம் ஹச்சிசன் 3ஜி. மற்ற நான்கு நிறுவனங்கள் 3ஜி சேவையுடன் 2ஜி சேவை அல்லது கம்பிவழித் தொலைபேசிச் சேவை ஆகிய வற்றையும் சேர்ந்து அளிக்கின்றன. எனவே ஹச்சிசனின் வரவு செலவை மட்டும் கண்காணித்தால் ஒன்று தெரிகிறது. 2008-ம் ஆண்டு இறுதியில் அந்த நிறுவனம் அதுவரையில் 5.55 பில்லியன் பவுண்ட் (39,000 கோடி ரூபாய்) நஷ்டம் அடைந்திருந்தது. இதுவரை கையை விட்டு 8.61 பில்லியன் பவுண்ட் செலவழித் துள்ளது. (மீதமுள்ள ஆண்டுகளுக்கான 3.06 பில்லியன் பெறுமான ஸ்பெக்ட்ரம் தொகையை ஏற்கெனவே கட்டி விட்டாலும் தன் கணக்குப் புத்தகத்தில் சொத்தாகக் காண்பிக் கிறது, அதனால்தான் அது நஷ்டத்தில் புலனாவதில்லை.) இறுதியில் அது நல்ல லாபம் சம்பாதிக்கலாம். அதற்கு இன்னும் பல ஆண்டுகள் ஆகும். அதுவரையில் தாக்குப் பிடிக்க அதனால் முடியவேண்டும்.

அதைப்பற்றி எனக்கு என்ன கவலை என்பதுதான் பெரும் பாலான இந்தியர்களின் போக்காக இருக்கிறது. அதனால்தான் சி.ஏ.ஜியின் கணிப்பை அவர்கள் ஏற்றுக்கொள்கிறார்கள். ஆனால் உண்மையில் நாம் கவலைப்படவேண்டும். மக்களிடம் இருந்தோ அல்லது தொழில்களிடமிருந்தோ பணம் பெறுவது அரசின் நோக்கமாக இருக்கக்கூடாது. நாட்டில் வளர்ச்சி குன்றிய துறைகளில் வளர்ச்சியை ஊக்குவிப்பதுதான் அரசின் நோக்கமாக இருக்கவேண்டும்.

இந்தியாவில் 2ஜி ஸ்பெக்ட்ரத்துக்கு ஏலம் நடைபெற்றிருந்தால், கீழ்க்கண்ட முறையில்தான் இருந்திருக்கும். இத்தனை ஆண்டுகள் 2ஜி தொழிலில் இருந்து நல்ல வருமானம் பெற்றுள்ள நிறுவனங்களான ரிலையன்ஸ் கம்யூனிகேஷன்ஸ், ஏர்டெல், டாடா போன்றவர்களாலேயே நாட்டின் அனைத்து வட்டங் களுக்கும் 3ஜி லைசென்ஸ் பெற முடியவில்லை. அதற்கான செலவு மிக அதிகமாக இருக்கும் என்பதால் அவர்கள் தங்கள் பட்ஜெட்டுக்குள் நிறுத்திக்கொண்டுவிட்டார்கள். இதனால் அவர்களால் நாடு முழுமைக்குமான சிறப்பான சேவையைத் தந்திருக்க முடியாது.

இதைவிட மோசமான சூழல் தான் 2ஜியில் ஏற்பட்டிருக்கும். அதுவும் 2001 முதற்கொண்டே ஏலம் நடந்திருந்தால் (அப்படி

நடக்கவில்லை என்றுதான் சி.ஏ.ஜி அறிக்கை வருத்தப்படுகிறது) அப்போது இத்தனை நிறுவனங்கள் போட்டியில் இறங்கி இருக்காது. ஏலம் நிச்சயமாக அப்போதைய உரிமத் தொகையை விட அதிகமாக இருந்திருக்கும். ஆனால் அதன் காரணமாக செல்பேசிக் கட்டணங்கள் அதிகமாக இருந்திருக்கும். இன்று இருக்கும் 70 கோடி வாடிக்கையாளர்கள் இருந்திருக்க மாட்டார்கள். அதில் பாதிகூட இருந்திருக்காது. 20 கோடி வாடிக்கையாளர்கள் இருந்தாலே பெரிது. ஏனெனில் இந்தியாவில் கீழ் நடுத்தர, ஏழை மக்களின் எண்ணிக்கை கிட்டத் தட்ட 50 சதவிகிதத்துக்கும் மேல். அவர்களுக்கு செல்பேசிக் கட்டணம் கட்டுப்படி ஆகியிருக்காது. அந்த நிலையில் தொலை பேசி நிறுவனங்கள் 3ஜி சேவை ஏலத்துக்கு வருகிறது என்றால் நிறுவனங்கள் கட்டாயம் இப்போது கொடுத்திருப்பதைவிட, பத்தில் ஒரு பங்குகூடக் கட்டியிருக்க மாட்டார்கள்.

இதைப்போன்ற தொலைதூரக் கணக்குகளை, அதுவும் சுழல் கணக்குகளைச் செய்ய சி.ஏ.ஜியால் முடியாது. அதற்கான பின்னணி சி.ஏ.ஜியிடம் இல்லை. அவர்கள் செய்திருப்பது மிக எளிதான கணக்கு. சில நிபுணர்களைக் கொண்டு, குறைந்த செல்பேசிக் கட்டணத்தால் இந்தியாவின் ஜிடிபி எந்த அளவு அதிக மாகியுள்ளது; அதன் காரணமாக இந்தியாவின் வரி வருமானம் எந்த அளவுக்கு அதிகமாகியுள்ளது என்பதைக் கணக்கிட முடியும். கணக்கிட வேண்டும். அப்போதுதான் சி.ஏ.ஜியின் கணக்கு ஏன் தவறான பாதையில் செல்கிறது என்பதை நிரூபிக்க முடியும்.

அடுத்து, எஸ்டெல் இத்தனை தருகிறேன் என்று சொன்னதைக் கொண்டு, சி.ஏ.ஜி உருவாக்கிய கணக்கு. நாடு முழுமைக்குமாக 2ஜி லைசென்ஸுக்கு 13,000 கோடி ரூபாய்க்கு மேல் தருகிறேன் என்று கடிதம் எழுதிய எஸ்டெல், 3ஜி ஏலத்திலும் பங்கு கொண்டது. அதில் எத்தனை ரூபாய் செலவு செய்தது தெரியுமா? இமாச்சல பிரதேசம், பிகார், ஒரிஸ்ஸா ஆகிய மூன்றே மூன்று வட்டங்களில் மட்டுமே ஏலத்தில் வெற்றிபெற்று, மொத்தம் அது கொடுத்தது 337.67 கோடி ரூபாய். ஏர்டெல் நிறுவனம் 13 வட்டங்களுக்குச் செலவு செய்தது 12,295 கோடி ரூபாய். தன் கையில் 13,000 கோடி இருந்திருந்தால், எஸ்டெல்தானே ஏலத்தில் முதலில் வந்திருக்கவேண்டும்? ஏன் அவ்வாறு ஆகவில்லை? இந்தத் தகவலும் சி.ஏ.ஜியிடம் உள்ளது. ஆனால் ஒரு கடிதத்தைத்

தீவிரமாக எடுத்துக்கொண்ட சி.ஏ.ஜி, இந்த நிஜத்தைக் கணக்கில் எடுத்துக்கொள்ளவில்லை.

அடுத்து, அந்நிய நிறுவனங்கள் யூனிடெக், ஸ்வான் ஆகிய வற்றில் செய்த முதலீடு குறித்து. சி.ஏ.ஜி அறிக்கையில் டாடா டெலிகாமில் என்.டி.டி.டோகோமோ செய்த முதலீடு பற்றியும் தகவல் உள்ளது. ஆனால் சி.ஏ.ஜியே, அதனைக் கண்டுகொள்ள வில்லை. யூனிடெக், ஸ்வான் மட்டும்தான் சி.ஏ.ஜியைப் பொருத்தவரை முக்கியமான சாட்சிகள். ஏனெனில் அவைதான் பிசினஸையே ஆரம்பிக்காமல் இருந்தன; எனவே அவற்றின் மதிப்பே அவற்றிடம் உள்ள ஸ்பெக்ட்ரம்தான்.

இதில் யூனிடெக் நிறுவனத்தை எடுத்துக்கொள்வோம்.

யூனிடெக் 1,658 கோடி ரூபாய் கொடுத்து உரிமம் பெறுகிறது. இங்கு பெயரில் குழப்பங்கள் இல்லாமல் இருக்குமாறு பார்த்துக் கொள்ளவேண்டும்.

யூனிடெக் கட்டுமான நிறுவனம், யூனிடெக் டெலிகாம் என்ற நிறுவனத்தை உருவாக்குகிறது. அதற்குத் தேவையான பணத்தை முதலீடு செய்கிறது. யூனிடெக் டெலிகாம்தான் 1,658 கோடி ரூபாய் கொடுத்து உரிமத்தை வாங்குகிறது. இந்த யூனிடெக் டெலிகாமை அந்நிய நிறுவனம் ஒன்று யூனிடெக் கட்டுமான நிறுவனத்துக்கு 9,100 கோடி ரூபாய் கொடுத்து முற்றிலுமாக வாங்கிவிட்டால்தான் ஸ்பெக்ட்ரத்தின் மதிப்பு 9,100 கோடி ரூபாய் என்று சி.ஏ.ஜி முடிவெடுக்கமுடியும். ஆனால் அவர்கள் அடிப்படையான ஒரு தவறைச் செய்துள்ளனர்.

யூனிடெக் டெலிகாம் நிறுவனம் புதிதாக வெளியிடும் சில பங்குகளை வாங்கி அந்தப் பங்குகளுக்காக 6,120 கோடி ரூபாயை யூனிடெக் டெலிகாமிடம் கொடுத்துள்ளது டெலிநார் நிறுவனம். அதாவது இந்தப் பணம் யூனிடெக் கட்டுமான நிறுவனத்துக்குப் போகவில்லை. மாறாக யூனிடெக் டெலிகாமுக்குப் போகிறது. அந்த நிறுவனம் யூனிநார் என்று பெயர் மாற்றம் பெறுகிறது. இப்போது யூனிநார் என்ற இந்தப் புதிய நிறுவனத்தின் சொத்து என்ன? மிகவும் தவறாக, சி.ஏ.ஜி, இந்தப் புதிய நிறுவனத்தின் சொத்து வெறும் ஸ்பெக்ட்ரம்தான் என்று முடிவு கட்டுகிறது. ஆனால், உண்மையில் இந்த நிறுவனத்தின் சொத்து, ஸ்பெக்ட்ரம் + 6120 கோடி ரூபாய் பணம். அதற்கான மொத்த மதிப்புதான் 9,100

கோடி. அப்படியானால் ஸ்பெக்ட்ரத்தின் மதிப்பு 2,980 கோடி ரூபாய்தான். (இதனை முதலீட்டுத்துறை பரிபாஷையில் ப்ரீ-மனி வேல்யுவேஷன், போஸ்ட்-மனி வேல்யுவேஷன் என்பார்கள்.) யூனிடெக் கட்டுமான நிறுவனம் செய்திருக்கும் இன்னபிற செலவுகளையெல்லாம் கணக்கில் எடுத்துக்கொண்டால், உண்மையில் ஸ்பெக்ட்ரத்தின் மதிப்பு 2,500 கோடிக்கு மேலாக இருந்திருக்காது. நிச்சயமாக, ஸ்பெக்ட்ரத்தின் மதிப்பு அதிகமாகி உள்ளது, ஆனால் சி.ஏ.ஜி செய்துள்ள எளிமையான தவறு காரணத்தினால், இந்த மதிப்பு 5 மடங்கு அதிகமானாற்போலக் காட்டப்படுகிறது.

ஆக, யூனிடெக் 1,658 கோடி ரூபாய் செலவு செய்து 2,500 கோடி மதிப்புள்ள பங்கைக் கையில் வைத்துக்கொண்டிருக்கிறது என்று சொல்லலாம். அதைக்கூட அவர்கள் வெறும் பேப்பராகத்தான் கையில் வைத்துள்ளனர்; பணமாக அல்ல. இதைப் பணமாக அவர்களால் எப்போது பெறமுடியும்? தம் கையில் இருக்கும் பங்குகளை விற்கும்போதுதான். யார் அந்தப் பங்குகளை வாங்குவார்கள்? இன்றைய தேதியில் யாரும் வாங்கமாட் டார்கள். ஆனால் யூனிநார் நாடெங்கும் கிளை பரப்பி, வாடிக்கையாளர்களைக் கவர்ந்து, ஏகப்பட்ட முதலீடுகளைச் செய்து, அதன்பின்னர் நிறைய வருமானம் பார்த்து, பின் லாபம் அடைந்து, பங்குச் சந்தையில் பட்டியல் இடப்படும் நிலைக்கு வந்தால்தான் (அல்லது வேறு யாராவது யூனிடெக் கையில் உள்ள பங்குகளை வாங்குவதாக முடிவு செய்தால்தான்) அவர் களுக்கு லாபம் கிடைக்கும்.

ஸ்பெக்ட்ரத்தை இந்தப் பக்கம் வாங்கி, அந்தப் பக்கம் நகர்த்தியதால், அது திடீரென ஐந்து மடங்கு மதிப்பு உயர்ந்து விட்டதாக சி.ஏ.ஜி காட்டும் கணக்கு அடிப்படை அக்கவுண்டன்சி விதிகளுக்குப் புறம்பானது. எப்படி இதனை நாட்டின் உயர்ந்த அதிகாரி முன்வைத்துள்ளார் என்பதே ஆச்சரியமாக இருக்கிறது.

அதே நேரம், ஸ்வான் டெலிகாம் கணக்கில் ஒரு சிறு வித்தி யாசத்தைப் பார்க்கிறோம். அங்கே பெரும் பகுதிப் பணம் ஸ்வான் டெலிகாமுக்குள் நுழைந்தாலும் 380.5 கோடி ரூபாய் மட்டும் ஜெனெக்ஸ் எக்சிம் என்ற ஒரு நிறுவனத்துக்கு போயுள் ளது. இந்தத் தொகை நிச்சயமாக சில தனி நபர்களுக்குச் சென் றுள்ளது. எனவே ஸ்வான் டெலிகாமின் சொத்துக் கணக்கில்

சேராது. இந்தப் பணத்தை மட்டுமே பிரச்னைக்குரியதாகக் கருத இடமுள்ளது. இங்குதான் ஊழல் நடந்திருக்கக்கூடும் என்பதற்கான அடையாளங்களும் ஓரளவுக்கு உள்ளன. ஜெனெக்ஸ் என்ற நிறுவனம் யாருடையது? இவர்கள் எத்தனை ரூபாய் கொடுத்து ஸ்வான் டெலிகாமில் பங்குகள் வாங்கினர்? அதனை எத்திசாலாத்துக்கு விற்றதால் எத்தனை ரூபாய் லாபம் கிடைத்தது? அது நியாயமான லாபமா? இதில் முன்னாள் அமைச்சர் ஆ. இராசாவுக்கு என்ன தொடர்பு? இதனைக் கட்டாயம் ஆராயவேண்டும்.

★

இதற்குமேல் சி.ஏ.ஜியின் அறிக்கையில் நாம் கவனிக்கவேண்டிய ஒன்று நிச்சயமாக உள்ளது. வழிமுறையில் காண்பிக்கப்பட்ட முறைகேடுகள். இவை நிச்சயமாக கவனத்தில் எடுத்துக்கொள்ளப் படவேண்டியவை. இந்த அளவுக்கு ஓர் அமைச்சகம் வழிமுறையில் குழப்படிகள் செய்வது ஏற்றுக்கொள்ள முடியாத ஒன்று. அவ்வாறு செய்ததால் யார் யாரெல்லாம் பாதிக்கப்பட்டுள்ளனர் என்று பார்த்தால் நிச்சயமாக சில நிறுவனங்களுக்கு பாதிப்பும் வேறு சில நிறுவனங்களுக்கு நன்மையும் கிடைத்திருக்கும். அதனால் அமைச்சகத்தில் உள்ள சில தனிப்பட்ட நபர்களுக்கு பணரீதியில் பயனும் கிடைத்திருக்கும்.

இது நம் அரசியல் அமைப்பில் புரையோடியுள்ள ஊழல்களில் ஒன்று. சொல்லப்போனால் அனைத்து அமைச்சகங்களிலும் இதைப்போல நடந்துகொண்டேதான் இருக்கும். நிச்சயமாக இவற்றை மாற்றவேண்டும்.

ஆனால் 1,75,000 கோடி ரூபாய் ஊழல் என்று இதனைக் குறிக்கும்போது ஆட்டம் மாறிவிடுகிறது. உண்மையான பிரச்னைகள் புறம் தள்ளப்படுகின்றன. நாட்டையே சிலர் கொள்ளைஅடித்ததாக மாற்றப்படுகிறது. உணர்ச்சிகள் தூண்டப் படுகின்றன. நாடாளுமன்றம் நடக்கவிடாமல் ஸ்தம்பிக்க வைக்கப்படுகிறது.

உணர்ச்சி வசப்படாமல் ஆராய்ந்தால் இந்த எண்ணிக்கை ஓர் அதிர்ச்சி மதிப்பு மட்டுமே என்பது தெரியவரும். ஓர் ஊழல் நடந்திருக்கச் சாத்தியங்கள் இல்லாமல் இல்லை - அதே சமயம் இத்தனை பெரிய தொகைக்கு ஊழல் என்பதும் சரியானதல்ல என்பதைத்தான் நாம் புரிந்துகொள்ள வேண்டும்.

ஆ. இராசா பதவி விலகிவிட்டதாலேயே ஸ்பெக்ட்ரம் விவகாரம் முடிந்துவிடுவதில்லை. திரும்பத் திரும்ப ஆட்சிகள் மாறும், அமைச்சர்கள் மாறுவார்கள், கொள்கைகள் மாறும், கொட்டேஷன்கள் மாறும், ஸ்பெக்ட்ரம் பகிர்ந்தளிப்பில் அவ்வப்போது புதிய சாத்தியங்கள் அரசுக்குத் தோன்றும். வேறு பல புதிய ஊழல் சாத்தியங்களும் இதில் அவசியம் உதிக்கும்.

நிரந்தரமானவை இரண்டே விஷயங்கள்தாம். ஒன்று ஸ்பெக்ட்ரம். இன்னொன்று நீரா ராடியாக்கள்!

Printed by Libri Plureos GmbH in Hamburg,
Germany

9 788184 936254